MAAVILAI

MANN

Author: Laurie Baker
Translation: Bharath Raju, Aravind Manoharan & Arivukkarasi Manivannan
Proofreading: S. Manivannan
Book design: Charuhassan. P
Cover design & curation: Kaushik Shrinivas

Published by **MAAVILAI™**

9/24, Vegavathi Street, Rajaji Nagar, Villivakkam, Chennai - 600049
+91-9150858008 | anjal@maavilai.com | www.maavilai.com

Translation and cover design © 2022 MAAVILAI
Original English version published by COSTFORD, Thrissur, Kerala.

First edition • Published on March 2022

ISBN: 978-81-955431-3-7
Price: INR 120.00/-

Printed by **Balaji Offset Printers**, Chennai - 600106 | +91-9444242899

அன்புக்குரிய மாவிலைக் குழுவிற்கு,

லாரி பேக்கரும் அவரின் கட்டடக்கலையும் கடைக்கோடி குடிமக்களை சென்று அடைந்து, இந்தியாவில் கட்டடக்கலை எனும் துறைக்கு வேறொரு முகம் கொடுத்தன. வளங்குன்றா கட்டடங்களின் (sustainable building) தேவை, வடிவமைப்பு மற்றும் கட்டுமானம் பற்றி லாரி பேக்கர் தன் கைப்பட எழுதிய, அழகான வரிவடங்கள் கொண்ட நூல்களின் தொகுப்பானது, நம் சமூகத்திற்கு அவர் செய்த பல ஈடு இணையற்ற பங்களிப்புகளில் ஒன்றாகும். மனித குலத்தால் விளைவாகும் காலநிலை மாற்றமும், மோசமான வானிலை நிகழ்வுகளும் உலா வரும் இன்றைய சூழலில், இந்நூல்களில் சொல்லப்பட்டுள்ள சூழல்நலக் கட்டுமான உத்திகளே காலத்தின் தேவையாக உள்ளன.

தமிழகத்திற்கு இத்தகைய மாபெரும் அறிவு களஞ்சிய நூல் தொகுப்பினை, தமிழில் கொண்டு சேர்க்கும் முயற்சியில் ஈடுபட்டுள்ள மாவிலைக் குழுவினருக்கு எங்களது மனமார்ந்த பாராட்டுகள். லாரி பேக்கர் கொள்கைகளின் பின்பற்றாளர்கள் ஆன நாங்கள், தமிழாக்கம் செய்த இந்த நூல்கள் மூலம், அவரின் கட்டுமான அறிவும், அணுகுமுறைகளும் பலருக்கும் எளிதாக சென்றடையும் என நம்புகிறோம். அத்துடன் மக்கள்—அன்பும், ஒற்றுமையும் கலந்த ஒரு புதிய கண்ணோட்டத்துடன் கட்டடங்களைப் பார்க்கத் துவங்குவதற்கும் இந்நூல்கள் விதையாக இருக்கும் என நாங்கள் நம்புகிறோம். மாவிலைக் குழுவிற்கு எங்களது இதயம் கனிந்த நன்றிகளையும் பாராட்டுகளையும் தெரிவித்துக் கொள்கிறோம். வளங்குன்றாமையை நடைமுறை ஆக்கும் உங்களின் எண்ணற்ற புதிய முயற்சிகளை ஆதரிக்க ஆவலாய் காத்து இருக்கிறோம்.

இங்ஙனம் வாழ்த்தும்,

P.B. சாஜன் மற்றும் R.D. பத்மகுமார்
COSTFORD and Laurie Baker Centre for Habitat Studies

நவம்பர், 2021
திருவனந்தபுரம்

முன்னுரை

பூமியில் உள்ள எல்லா உயிரினங்களுக்கும் மண் பொதுவானது ஆகும். மனிதர்களின் உணவு, இருப்பிடம் போன்ற அடிப்படைத் தேவைகள் பழங்காலம் முதலே மண்ணைப் பயன்படுத்தியே பூர்த்தி செய்யப்பட்டுள்ளது. நம் முன்னோர்கள் அனைவரும், நம் உடலுக்கும் இருப்பிடத்திற்கும் இடையே உள்ள தொடர்பினை நன்கு உணர்ந்தே மண்ணை ஓர் கட்டுமானப் பொருளாக பயன்படுத்தி வந்துள்ளனர். மேலும் அவர்கள் எளிய வாழ்க்கை முறையைப் பின்பற்றி வாழ்ந்தனர். நாளடைவில் நவீனத்துவத்தினால் மண்ணை ஓர் கட்டுமானப் பொருளாக தேர்வு செய்வதை நாம் குறைத்துக் கொண்டுள்ளோம். இந்த வாழ்க்கை முறை மாற்றத்தினால் நாம் சந்திக்கும் சிக்கல்கள் பல என்பதையும் நாம் நன்கு அறியவே செய்கிறோம்.

லாரி பேக்கர் இதை நன்கு புரிந்துக் கொண்டு தன் வாழ்நாள் முழுவதும் அயராது உழைத்து கட்டுமானத்துறையில் சில மாற்றங்களை ஏற்படுத்தினார். எனவே, இந்தப் புத்தகமானது பேக்கரின் புரிதலில் இருந்து மட்டுமே வந்த சொல்லாடல் அல்ல. புரிதலுடன் அவரின் வாழ்வனுபவத்தையும் சேர்த்து தொகுத்து உருவாக்கப்பட்ட ஒரு புத்தகமாகும்.

சாமானிய மக்களின் வீட்டு வசதி தேவையைப் பூர்த்தி செய்ய லாரி பேக்கரால் ஆங்கிலத்தில் எளிய மொழிநடையில் எழுதப்பட்ட இந்த தொகுப்பை தமிழ்நாட்டில் கடைக்கோடி மக்கள் வரை கொண்டு செல்வதன் பொறுப்புணர்வே இந்த தமிழாக்கம். தாய்மொழியில்

வாசிக்கும்போது மட்டுமே ஒரு சாமானியருக்கு நல்ல புரிதலும் அகமாற்றமும் ஏற்படும் என்பதை ஆழமாக நாங்கள் நம்புகிறோம்.

ஆங்கிலத்தில் எளிய மொழிநடையில் உள்ள இந்தப் புத்தகத்தை, எளிய தமிழ் சொற்கள் கொண்டு மொழிபெயர்க்க முயற்சித்துள்ளோம். இப்புத்தகத்தை வாசிப்பவர்கள் மண்ணை ஓர் கட்டுமானப் பொருளாக மீண்டும் பயன்படுத்துவார்கள் என நம்புகிறோம். பொருளாதார பாகுபாடு இன்றி அனைத்து மக்களுமே மண் கட்டுமானத்தில் ஈடுபட இப்புத்தகம் வழிவகுக்கும்.

மண் கட்டுமானத்திற்கு என்னை அறிமுகப்படுத்தி அதனைப் பற்றிய தேடல் பயணத்தில் என்னை இட்டுச் செல்லக் காரணமாக இருந்த குக்கூ காட்டு பள்ளிக்கு என் மனமார்ந்த நன்றிகளைத் தெரிவித்து கொள்கிறேன்.

உழுபவருக்கும் மண்ணுக்குமான உறவு எப்படியோ அதுபோலவே கட்டடக்கலைஞருக்கும், கட்டடப் பொறியாளருக்கும், கட்டட உரிமையாளருக்கும், கொத்தனாருக்கும் மண்ணின் மேல் தீரா பற்று இருக்க வேண்டும் என்ற விருப்பத்துடன்...

அரவிந் மனோகரன்
கட்டடப் பொறியாளர்
மாவிலை
பிப்ரவரி 2022

மண் என்பது...

ஒரு அற்புதமான மற்றும் வியப்பூட்டும் தனிமம் ஆகும். அதற்கு உயிர் உண்டு. நமது உடலில் நிகழும் செயல்பாடுகள் அனைத்தும் மண்ணிலும் நிகழும். அது சுவாசிக்கும், செரிக்கும், வியற்கும். அனைத்து உயிர்களின் ஆதாரம் மண் தான்.

ஒரு மண் வீட்டில் நாம் வசிக்கும்போது, இயற்கை சீற்றங்களிடம் இருந்து அது நம்மை காப்பதோடு மட்டுமல்லாமல், அது ஓர் இயற்கையான கட்டுமானப் பொருள் என்பதால் நாம் இயற்கையோடு இணைந்தே இருக்கும் ஓர் உணர்வினையும் தருகிறது.

என் நண்பருடன் நான் சில கிராமங்களுக்கு பயணம் மேற்கொண்டேன். நாங்கள் சென்ற கிராமங்களின் எல்லைகளில் நாட்டு ஓடுகள் கொட்டப்பட்டு இருப்பதை கண்டோம். இந்த ஓடுகள் யாவும் ஒரு பழைய மண் வீட்டின் கூரையில் சிதைவுற்று இருந்தவை ஆகும். ஒருவேளை இந்த வீட்டினை இடித்தால், இதில் பயன்படுத்தப்பட்ட மண்ணையும் மரக்கட்டைகளையும் மீண்டும் கட்டுமானத்திற்குப் பயன்படுத்தலாம். அப்படியே பயன்படுத்தவில்லை என்றாலும் இவை மண்ணோடு மண் ஆகிவிடும். ஆனால் கற்காரையினால் ஆன ஒரு வீடோ அதன் பயன்பாட்டிற்கு பின் என்னவாகும்? அதன் சிதைந்த பாகங்கள் எங்குச் சென்று கொட்டப்படும்? இது போன்ற கேள்விகளும் சிந்தனைகளும் அன்று என் மனதில் எழுந்தன.

மண்ணோடு உறவாட மண்ணைப் புரிந்துக் கொண்டாலே போதும். மண் கொண்டு பணியாற்ற சரியான மண்ணைத் தேர்வு செய்தாலே போதும். மண்ணை ஓர் வடிவமாக்க சிறிதளவு தண்ணீரும் ஓரளவுக்கு பொது அறிவும் இருந்தாலே போதும்.

முதலாக செம்மொழி தமிழ் மொழிக்கு நன்றி. மண் வீடு பொது மக்களின் அன்றாட வாழ்க்கையில் பயன்படுத்தக்கூடியதாக அமைய வேண்டும். அதற்காக பெரும் முயற்சி செய்தும், பின் அவரது அனுபவங்களையும், ஆவணங்களையும் விட்டுச்சென்ற லாரி பேக்கர் அவர்களுக்கும் நன்றி. எனக்கு மண் வீடு கட்டவும் இத்தகைய வீடுகளைக் கட்டுவதன் மூலம் பெறப்படும் அனுபவங்களைப் பகிர்ந்துகொண்ட நல்லுள்ளங்களுக்கும் நன்றி. அனைத்திலும் மேலாக இத்தகைய வாய்ப்பை எனக்கு ஏற்படுத்தி கொடுத்து, என்னுடன் இணைந்து பணியாற்றிய என் குழுவினருக்கும் நன்றி.

பரத் ராஜு
கட்டடப் பொறியாளர்
மாவிலை
பிப்ரவரி 2022

அறிமுகம்

இந்தப் புத்தகத்தை நீங்கள் படிக்கிறீர்கள் என்றால், மண் போன்ற ஒரு பொருளைப் பற்றி ஒரு புத்தகம் எழுதக்கூடிய அளவிற்கு அதில் ஏதோ ஒன்று இருக்கக்கூடும் என்று நீங்கள் யோசித்திருக்கிறீர்கள் எனலாம். உங்களது ஆர்வம் வெறும் செயலற்றதாக இல்லாமல், மண்ணைப் பற்றி சற்று ஆக்கபூர்வமாக தெரிந்துக் கொள்ள விரும்புவதற்கு சாத்தியமாக இருக்கலாம்.

மண்ணைப் பற்றி நான் என்ன நினைக்கிறேன் என்பதை எழுதுவதற்கும், வரைவதற்கும் முன்பு, நான் முதலில் அதன் முக்கியத்துவத்தைப் பற்றி உங்களுக்குத் தெரியப்படுத்த நினைக்கிறேன். நீங்கள் ஆங்கிலத்தில் இந்த புத்தகத்தைப் படிக்கிறீர்கள் என்பதன் அர்த்தம் (இதன் மூலப் புத்தகம் ஆங்கிலத்தில் உள்ளது), ஒருவேளை நீங்கள் படிப்பறிவு உள்ளவராகவும், நல்ல சூழ்நிலைகளில் வாழ்ந்து கொண்டிருப்பவராகவும் இருக்கலாம். உங்கள் வசதிகள் உங்களுக்கு போதுமானதா என்பது உங்கள் விருப்பங்களுக்கு உட்பட்டது. ஆனால் உங்கள் வீட்டில் கூரை மற்றும் சுவர்கள் இருப்பதனால், உங்களுக்கு ஒரு குறிப்பிட்ட அளவு பாதுகாப்பும், அந்தரங்கமும் கிடைக்கின்றன. புள்ளிவிவரங்கள் கூறுவது என்னவென்றால், நம் நாட்டில் இரண்டு முதல் மூன்று கோடி

குடும்பங்களுக்கு உங்களிடம் உள்ளதைப் போல தங்கும் வசதி உள்ள வீடுகள் எதுவும் இல்லை என்பதே. அதிலும் சுமாராக இரண்டு கோடி குடும்பங்களுக்கு குடிசை என்று சொல்வதற்கு கூட எதுவும் இல்லை. எனவே இதற்கு நாம் அனைவரும் ஒன்றாக இணைந்து செயல்பட வேண்டும். இந்நிலையை மாற்ற அரசு மட்டுமே ஏதாவது செய்ய வேண்டும் என்று எண்ண வேண்டாம்.

துரதிர்ஷ்டவசமாக, இன்றைய காலக்கட்டதில் கம்பியால் வலுவூட்டப்பட்ட கற்காரை (RCC - Reinforced Cement Concrete), சிமிட்டிக் கற்கள் (cement block), செங்கற்கள் போன்றவற்றைப் பயன்படுத்துவதன் மூலமே ஒழுங்காகவும், திருப்திகரமாகவும் கட்ட முடியும் என்று நம்மில் பலர் நினைக்கிறோம். ஆனால், கற்காரைக்கான கம்பி மற்றும் சிமிட்டி போன்ற பொருட்களைத் தயாரிக்க எரிபொருள் அதிகமாக தேவைப்படுகிறது. நம் நாட்டின் கட்டுமானத் தேவையைப் பூர்த்தி செய்யும் அளவுக்கு சிமிட்டி உற்பத்தி இங்கு இல்லை. அதற்காக, கொரியா போன்ற பிற நாடுகளில் இருந்து மிகப் பெரிய அளவில் சிமிட்டியை இறக்குமதி செய்ய வேண்டியுள்ளது. செங்கற்கள் மண்ணால் ஆனவை என்றாலும், செங்கற்களை வலுவூட்ட, அவற்றை சூளையில் இட்டுச் சுடுகிறோம். நாட்டின் பல பகுதிகளில் இதற்காக விறகுகளைப் பயன்படுத்துகிறோம்.

ஒரு நடுத்தர வீடு கட்டுவதற்குத் தேவையான செங்கற்களை சுடுவதற்கு, இரண்டு அல்லது மூன்று பெரிய மரங்கள் வெட்டி எரிக்கப்படுகின்றன. இதனால் மரங்களும் காடுகளும் குறைந்து வருகின்றன. நாம் மரங்களை எந்த அளவிற்கு வெட்டுகிறோமோ, அதைவிட குறைந்த அளவில்தான் மறுபடியும் நடுகிறோம். மேற்கு வங்கம் போன்ற இடங்களில் அதிக வெள்ளப்பெருக்கு ஏற்படுவதற்கு இதுவும் ஒரு காரணமே. எனவே, அதிக விலை உள்ள, இறக்குமதி

செய்யப்படுகின்ற, அதீத ஆற்றல் உள்ள மற்றும் இயற்கை வளங்களை அதிகம் பயன்படுத்துகின்ற கட்டுமானப் பொருட்களைத் தவிர்ப்பதற்கான மனநிலையை நாம் வளர்த்துக் கொள்ள வேண்டும். சிமிட்டி, எஃகு (steel), கற்காரை, செங்கற்கள், மரக்கட்டைகள், கண்ணாடி, அலுமினியம், கல்நார் (asbestos), துத்தநாகம் பூசப்பட்ட இரும்பு (galvanised iron) போன்ற பல பொருட்கள் இதற்கான உதாரணங்கள் ஆகும்.

இதைத் தவிர வேறு எதை பயன்படுத்தலாம் என்று நீங்கள் கேட்க நினைக்கும் கேள்வி நியாயமானது தான். எந்தப் பொருளுக்கு தான் அதிக உற்பத்தி ஆற்றல் (embodied energy) தேவைப்படாமல் இருக்கிறது? இதற்கான ஒரு பதில் கருங்கற்கள் ஆகும். ஆனால் நம் நாட்டின் பல பகுதிகளில் கட்டுமானத்திற்கு பயன்படுத்தத் தக்கக் கருங்கற்கள் கிடைப்பது இல்லை. இதற்கு மற்றொரு பதில் மண்ணாகும். நம்பினால் நம்புங்கள், தேசிய மக்கள் தொகைக் கணக்கெடுப்பின் அடிப்படையில் பார்த்தால், இந்தியாவில் மற்றப் பொருட்களைக் கொண்டு கட்டிய வீடுகளை விட மண்ணால் கட்டிய வீடுகளே அதிகம் உள்ளன.

நாம் ஏன் மண்ணை பயன்படுத்துவதை நிறுத்திவிட்டோம்? உண்மையில், நாம் அதைப் பயன்படுத்துவதை நிறுத்தி விடவில்லை. பல கிராமப்புறக் குடும்பங்களும், ஏழ்மையான மக்களும் இன்னும் மண்ணைப் பயன்படுத்தி தான் வீடுகளைக் கட்டுகிறார்கள். ஆனால் அரசு வீட்டுவசதி திட்டங்களும், வளர்ந்து வரும் நமது நடுத்தர வர்க்கமும், மண்ணை அரிதாகவே பயன்படுத்துகின்றன. இதற்கு பல காரணங்கள் உள்ளன—தற்போது மக்கள் வேறு வேலைகளில் ஈடுபட்டுள்ளதால், வீடு கட்டுதல், நிலம் உழுதல் போன்ற வேலைகளைத் தாங்களே செய்யாமல், வேலை ஆட்களை வைத்து செய்துக் கொள்கிறார்கள். மேலும் முந்தைய காலத்தைப்

போலல்லாமல், அனைவரும் இப்பொழுது கல்வி கற்பதால் இதைப் போன்ற வேலைகளைக் கற்றுக்கொள்ளும் வாய்ப்புகள் உருவாகுவதில்லை.

நாம் இப்போது வீடுகளை கவுரவம் சார்ந்த ஒன்றாக கருதுகிறோம். மண்ணை ஏழை மக்களின் கட்டுமானப் பொருளாகவும, கால்நடைக் கொட்டகைகள் மற்றும் குடிசைகளுக்குப் பயன்படும் ஒரு பொருளாகவும் மட்டுமே நாம் எண்ணுகிறோம். “நான் ஒரு மண் வீட்டில் வாழ்ந்தால் என் மகளை யார் திருமணம் செய்வார்கள்?” என்பது போன்ற அச்ச உணர்வும் பலரிடம் உள்ளது.

மண் கட்டுமானங்கள் பழைய பாணியில் இருப்பதில் எந்த தவறும் இல்லை. ஏனென்றால் இது ஆயிரக்கணக்கான ஆண்டுகளாக சோதனை செய்து முயற்சிக்கப் பட்டு கட்டப்படுகிறது. ஆனால் சிமிட்டி போன்ற நவீனப் பொருட்களை நூறு ஆண்டுகளுக்கும் குறைவாகவே நாம் பயன்படுத்தி வருகிறோம். பழைய பாணியாக இருப்பதில் எந்த தவறும் இல்லை என்றாலும், நமது நவீனத் தேவைகளைப் பூர்த்தி செய்ய மண் கட்டுமானங்களை நவீன முறைகளிலும் வடிவமைக்கலாம். உண்மையில், மண் கட்டுமான முறைக்கு சரியான மதிப்பு வழங்கினால் மட்டுமே வரப்போகும் 21-ஆம் நுற்றாண்டில் ஏறத்தாழ 90 கோடி மக்களுக்கும் வீடு என்பது சாத்தியமாகும். எனவே, இந்த இலக்கை நோக்கி நாம் எவ்வாறு செல்லலாம் என்பதைப் பற்றியதே இந்த புத்தகம்.

இந்த சிறிய புத்தகத்தில் என்னால் முடிந்தவரை எளிய சொல்லாடல் மற்றும் வரைபடங்கள் மூலம் மண்ணை ஒரு கட்டுமானப் பொருளாக உங்களுக்கு அறிமுகப்படுத்த முயற்சித்து இருக்கிறேன். மண் கட்டுமானங்கள் விஞ்ஞானம் சார்ந்ததாக இருந்தாலும் கூட, அதைவிட மிக முக்கியமானது என்னவென்றால், மண்ணைப் பயன்படுத்தத் துவங்குவதும், பரிசோதனை செய்வதும், அதனுடன்

விளையாடுவதும் தான். மேலும், எனது நோக்கம் 'மண் கிராமப்புற ஏழைகளுக்கு மட்டுமே' என்ற கருத்தை மக்களை கைவிட வைப்பது தான். இந்தப் புத்தகத்தில் உள்ள வரைபடங்கள் அனைத்தும் மண்ணுக்கு ஒரு கிராமப்புற சாயலைக் கொடுக்கலாம். ஆனால் மண் கட்டுமானங்களை நேர்த்தியாகவும், திறமையாகவும் கட்டினால் அவை உயர்தர கட்டுமானங்கள் போலவே தோற்றம் அளிக்கும். நான் எந்தவொரு கட்டுமானப் பொருளைப் பயன்படுத்தினாலும், அதன் சிறப்பம்சங்கள் கட்டடத்தில் வெளிப்படுமாறு வடிவமைப்பது என் வழக்கம். எடுத்துக்காட்டாக, செங்கற்களால் ஆன ஒரு வீடு செங்கல் வீடு போல இருக்க வேண்டும்; மாறாக கருங்கற்களால் ஆன வீடு போல இருக்கக் கூடாது. ஆனால் தற்பொழுது பெரும்பாலான மக்கள், தங்கள் சுவர்களைப் பூசி, வண்ணம் தீட்டி, உறைப்பூச்சுகள் (cladding) சேர்த்து வித்தியாசப்படுத்த விரும்புகிறார்கள். இதையெல்லாம் வேண்டுமென்றால் மண் கட்டடங்களிலும் செய்யலாம். ஆஸ்திரேலியா போன்ற நாடுகளில் பல வீடுகள் மண் வீடுகளாக இருந்தாலும் கூட, அவை அவ்வாறு தோற்றம் அளிப்பதில்லை. எனவே, மண் என்பது ஏற்றுக்கொள்ளக்கூடிய, வலுவான ஒரு கட்டுமானப் பொருள் என்பதை அனைவரும் புரிந்துக் கொள்வார்கள் என்பதே எனது நம்பிக்கையும் விருப்பமும் ஆகும்.

மற்ற கட்டுமானப் பொருட்களைப் போலவே மண்ணுக்கும் சில வரம்புகள் உள்ளன. எனவே நீங்கள் பயன்படுத்த விரும்பும் மண்ணின் வரம்புகள் என்ன என்பதைத் தெரிந்து கொள்ளுங்கள். பின்னர், அந்த வரம்புகளுக்குள் கட்டமைக்க வேண்டும்; அல்லது பொருளாதார ரீதியாக சாத்தியம் என்றால், அந்த வரம்புகளை சரிசெய்ய வேண்டும்.

வழக்கமாக மண்ணை ஒரு வடிவமாக வார்க்க வேண்டும் என்றால் தண்ணீரைப் பயன்படுத்த வேண்டும். அந்த நீர் காய்ந்துபோன பிறகு தான் மண் உறுதியாகவும் நிலையாகவும் நிற்கும். மண்ணை ஒரு

குறிப்பிட்ட வடிவமாக்கியப் பிறகு, நீரே அதன் எதிரியாக மாறி விடும். எனவே, நீங்கள் மண் சுவர்களை நீர் மற்றும் ஈரப்பதத்திலிருந்து பாதுகாக்க வேண்டும். இதுவே மண்ணைப் பயன்படுத்துவதற்கான மிகப் பெரிய வரம்பாக இருப்பதால், நாம் இதை எப்போதும் மனதில் கொள்ள வேண்டும். எனவே இந்த புத்தகத்தின் பெரும்பகுதி, கேரளா அல்லது அசாம் போன்ற கனமழை பெய்யும் பகுதிகளில் கூட, மண் சுவரை நனையாமல் பாதுகாத்து வைப்பது எப்படி என்பதை எடுத்துக்காட்டுகிறது. வெளிப்புறச் சுவர்களுக்கு மண் பொருத்தமற்றதாகத் தோன்றினாலும், நீங்கள் அதைப் பாதுகாப்பாக உட்புறச் சுவர்களுக்குப் பயன்படுத்தலாம். இவ்வாறு செய்வதன் மூலம் அதீத ஆற்றல் பொருட்களின் பயன்பாட்டினைத் தவிர்த்து, கட்டுமானச் செலவையும் குறைக்கலாம்.

மண் கட்டுமானத் தொழில்நுட்பங்கள் பல ஆயிரக்கணக்கான ஆண்டுகளாக, அனுபவபூர்வமாக உருவாக்கப்பட்டுள்ளன. அவற்றுள் சில விஞ்ஞானமற்றவை என்றுத் தோன்றக்கூடும். ஆனால் மறுக்க முடியாத உண்மை என்னவென்றால், வளர்ந்த நாடுகள் உட்பட உலகின் பல நாடுகளில், பல வீடுகள் முழுவதும் மண்ணாலோ அல்லது குறிப்பிட்ட சில பகுதிகள் மண்ணாலோ கட்டப்பட்டவை ஆகும். இதில் பெரும்பாலான வீடுகள் நூறாண்டுகளுக்கும் மேல் பழமையானவை.

மண் சுவர்கள்
நீரிலிருந்து
பாதுகாக்கப்பட
வேண்டும்

மண்

மண் வீடு

மிக சில வீடுகள் மட்டுமே முற்றிலும் ஒரே ஒரு பொருளால் கட்டப்பட்டுள்ளன. எடுத்துக்காட்டாக, அடர்ந்த வனப்பகுதிகளில் மட்டுமே மரம் தாராளமாக கிடைப்பதால், அப்பகுதிகளில் தூண்கள், தளங்கள், சுவர்கள் மற்றும் கூரைகள் போன்ற அனைத்தும் மரத்தால் செய்யப்படுகின்றன. கற்காரைத் தூண்கள் (column), உத்தரங்கள் (beam) மற்றும் பலகங்கள் (slab) கொண்ட வீட்டினை பொதுவாக கற்காரை வீடு என்றே அழைக்கிறோம். ஆனால் அதன் சுவர்கள் பெரும்பாலும் செங்கற்கள், கண்ணாடி அல்லது உலோகத் தகடுகள் போன்றவற்றால் கட்டப்பட்டிருக்கும். ஒரு செங்கல் வீடு என்று அழைக்கப்படுவது பொதுவாக சுவர்கள் மட்டுமே செங்கற்களால் ஆனவையாக இருக்கும். தளங்களும் கூரைகளும் வேறு பொருட்களால் ஆனவையாக இருக்கும். இதுபோல நீங்கள் ஒரு மண் வீடு பற்றி நினைக்கும் போது, முழு வீடும் மண்ணால் மட்டுமே கட்டப்பட்டிருக்கும் என்று எதிர்பார்க்க வேண்டாம்; ஆனால் இதற்கும் சாத்தியம் உள்ளது. செங்கற்கள் சுடப்படுவதற்கு நிறைய எரிபொருள் தேவைப்படுகிறது. கருங்கல் உற்பத்திக்கு பாறையை குடைதல், இழைத்தல் மற்றும் போக்குவரத்து போன்றவை தேவைப்படுகின்றன. கற்காரையை உருவாக்க மிக அதீத ஆற்றல் மிக்க எஃகு (steel), சிமிட்டி மற்றும் திறன் வாய்ந்த வேலை ஆட்கள் தேவை. ஆனால் உலகின் பல பகுதிகளிலும் மனை இடத்திலேயே மண் என்ற ஒரு அற்புதமான கட்டுமானப் பொருள் கிடைக்கிறது. மண்ணைக் கொண்டு கட்டமைக்க பெரும்பாலும் மனிதவலிமை மட்டுமே தேவைப்படுகிறது.

ஒரு மண் வீட்டின் தோற்றம் எப்படி இருக்கும்?

இது போன்ற ஒரு படம் உங்கள் மனதில் வருகிறதா?

இதுவும் ஒரு மண் வீடு தான்.

ஏன்! இதுவும் கூட ஒரு மண் வீடாக இருக்கலாம். இது பல்லடுக்கு மாடிகளையும், ஒரு கற்காரைக் கூரையையும் கொண்டுள்ளது.

அடுத்த ஐம்பது ஆண்டுகளில் எதிர்கொள்ள வேண்டிய மிகப்பெரிய பிரச்சினைகளில் ஒன்று எரிபொருள் பற்றாக்குறையாகும். முடிந்தவரை உற்பத்தி ஆற்றல் இல்லாத பொருட்களைப் பயன்படுத்தினால், இந்த பிரச்சனையின் அழுத்தம் குறைவாக இருக்கும். வீடு இல்லாத குறைந்தபட்சம், இரண்டரை கோடி குடும்பங்களுக்கு வீடுகளை வழங்குவதே இந்தியாவின் மிகப் பெரிய பணிகளில் ஒன்றாகும். சுட்ட செங்கற்கள், கற்காரை மற்றும் கம்பி போன்றவற்றைக் கொண்டு நாம் கட்டினால், இந்த எரிசக்தி பிரச்சினையும், இரண்டரை கோடி குடும்பங்களின் வீட்டுவசதிக்கான ஒட்டுமொத்த செலவும் அதிகமாகக் கூடும். இருபதாம் நூற்றாண்டின் அறிவையும் நுட்பங்களையும் நமது பழமையான மண் கட்டுமானத்தில் பயன்படுத்தினால் மட்டுமே, இந்த வீட்டுவசதித் தேவையை எந்த எரிசக்தி சிக்கலும் இல்லாமல் பூர்த்தி செய்ய முடியும். எனவே, மண் பழமையானது என்று மட்டும் சொல்வதற்கு பதிலாக, நீங்கள் அதை தற்கால தேவைகளுக்கு ஏற்ற கட்டுமானப் பொருளாக மாற்றலாம்!

நாடு முழுவதும் மண் பலவகைகளில் காணப்படுகிறது. சுவர் கட்டுவதற்கு மேற்பரப்பில் உள்ள மண் பொருத்தமற்றதாக இருந்தாலும், இன்னும் சற்று தோண்டினால் அடியில் உள்ள மண் பொருத்தமாக இருக்கலாம். வேண்டுமென்றால் மண்ணில் நிலைப்படுத்திகளைச் (stabiliser) சேர்ப்பதன் மூலம், அதைக் கட்டுமானத்திற்கு ஏற்றதாக மாற்றலாம். சற்று சிந்தித்து பார்த்தால் செங்கற்களை செய்வதற்கான பொறுத்தமான மண் கூட ஒரு சில இடங்களில் தான் கிடைக்கிறது என்பதை உணர்வீர்கள்.

எனினும் உங்கள் சொந்த மனை இடத்திலேயே கட்டுமானத்திற்கான மண்ணைக் கண்டுபிடிப்பது சிறந்தது ஆகும். இது முடியாவிட்டால், முடிந்தவரை குறுகிய தூரத்திலிருந்து மண்ணைக் கொண்டு வாருங்கள். இல்லையென்றால் அருகிலுள்ள நிலைப்படுத்தியைக் கண்டறிந்து, அதை மனையில் உள்ள மண்ணோடு சேர்த்து பயன்படுத்துங்கள்.

மண் எங்கிருந்து கிடைக்கிறது?

25மீ². (சதுர மீட்டர்) பரப்பளவு கொண்ட ஒரு வீட்டின் சுவர்களைக் கட்டி எழுப்ப சுமார் 60மீ³. (கன மீட்டர்) மண் தேவைப்படும். உங்களிடம் 250மீ². அளவில் ஒரு மனை இடம் இருந்தால், வீட்டின் பரப்பளவைத் தவிர, மனை முழுவதும் 0.266மீ. (10.5") ஆழத்திற்கு தோண்டினால், வீட்டைக் கட்டுவதற்கு சரியான அளவு மண் கிடைக்கும்.

60மீ³. / (250-25)மீ². = 0.266 மீட்டர் / 10.5 அங்குலங்கள்

மண்ணின் இருப்பிடம்

உங்கள் கட்டடத்திற்கான சிறந்த மண்ணை பூமி மட்டத்தின் மேற்பரப்பிலேயே கண்டறிவது கடினம். நீங்கள் குழிகளைத் தோண்டினால், வெவ்வேறு விதமான மண்ணின் பல அடுக்குகளை ஒன்றன் கீழ் ஒன்றாகக் காணமுடியும். மேல் அடுக்கில் பெரும்பாலும் கட்டுமானத்திற்குப் பயனற்ற கரிம மண் (organic soil) தான் இருக்கும். ஆனால் தரையைத் துளையிட்டுப் பார்த்தால், அதற்குக் கீழே ஒரு மணல் அடுக்கும், மணல் அடுக்குக்குக் கீழே ஒரு களிமண் அடுக்கும் இருக்கக்கூடும்.

ஆகவே, நீங்கள் ஒரு சில குழிகளைத் தோண்டி அடியில் இருப்பதைக் காணும் வரை, உங்கள் நிலத்தின் மண், சுவர் கட்டுமானத்திற்கு பயனற்றது என்று முடிவு செய்ய வேண்டாம். வெவ்வேறு அடுக்குகளில் இருக்கும் பலவித மண்ணின் கலவையானது பெரும்பாலும் ஒரு சிறந்த சுவர் கட்ட ஏற்ற மண் கலவையாக அமையும்.

மேல் மண்ணை அகற்றவும்

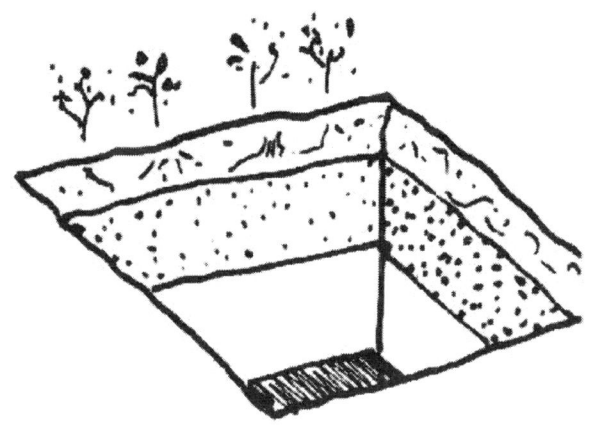

ஒரு குழியைத் தோண்டி, மண்ணின் வெவ்வேறு அடுக்குகள் இருப்பதைக் காணவும். மேல் அடுக்கில் இலைகள் மற்றும் நார்ச்சத்து நிறைந்த கரிம மண் இருக்கும். அதன் கீழே மணல் அடுக்கும், அதற்கும் கீழே களிமண் அடுக்கும் இருக்கலாம்.

சுவர் கட்டுவதற்கு நீங்கள் மேல் அடுக்குகளில் உள்ள கரிம மண்ணைப் பயன்படுத்த முடியாது. எனவே அதைக் குவியலாக அகற்றி வைக்க வேண்டும். உங்கள் சுவர்களைக் கட்ட மணல் மற்றும் களிமண்ணை தோண்டி எடுக்கவும். நீங்கள் வேலையை முடித்தவுடன், தாவரங்களை வளர்க்க, குவித்து வைத்த கரிம மண்ணை மறுபடியும் பயன்படுத்தலாம்.

மண்ணின் மாறுபட்ட வகைகள்

நாம் பொதுவாக, ஐந்து மண் வகைகளைப் பற்றியே பேசுகிறோம்.

சரளை (gravel): ஒரு பட்டாணி அளவு முதல் கோழி முட்டையின் அளவு வரை மாறுபடும் சிறிய கற்கள். நீங்கள் கையில் வைத்திருப்பது சரளைக் கல்லா இல்லையா என்பதை உறுதிபடுத்த, அதனை 24 மணி நேரம் நீரில் ஊற வைத்துப் பார்க்கலாம். அது சிதைந்து போனால் சரளை இல்லை.

மணல் (sand): இது கடுகளவில் இருக்கும் ஒரே மாதிரியான கல் துண்டுகள் (பொதுவாக படிகம்/quartz). ஆனால் இது கண்ணுக்கு புலப்படும் வகையில் இருக்கும்.

வண்டல் (silt): இதுவும் மணலைப் போலவே கல் துண்டுகள் தான். ஆனால் கண்ணில் புலப்படாத அளவுக்கு சிறியதாக இருக்கும்.

களிமண் (clay): ஈரமாக இருக்கும்போது கையில் ஒட்டும் தன்மையுடயது. ஆனால் முற்றிலும் உலர்ந்த பின்பு மிகவும் கடினமாக இருக்கும். சில களிமண் வகைகள் உலர்ந்து போகும் போது சுருங்கும் தன்மையும், ஈரமாகும் போது விரிவடையும் தன்மையும் கொண்டிருக்கின்றன. ஆனால் சுருங்காத மற்ற சில களிமண் வகைகளும் உள்ளன.

கரிம மண் (organic soil): இலைகள், தாவரங்கள் போன்ற அழுகக்கூடிய கரிமப் பொருட்களைக் கொண்ட மேல்மட்ட மண். பொதுவாக ஈரமாக இருக்கும்போது பஞ்சு போன்றும், அழுகும் பொருளின் வாசனையுடனும், கரிய நிறத்திலும் இந்த மண் இருக்கின்றது.

கலவைகள் (mixtures): வழக்கமாக, மேற்கண்ட பல்வேறு வகையான மண்ணும் கலந்தே காணப்படுகின்றன. அவற்றை 'மணல் கொண்ட களிமண்', 'களிமண் கொண்ட சரளை' போன்ற கலவைகளாக விவரிக்கலாம். கலவைகளை விவரிக்கையில் அவற்றில் எந்த வகையான மண் அதிகம் உள்ளது என்பதையும் குறிப்பிட வேண்டும். எடுத்துக்காட்டாக, 'மணல் கொண்ட சரளை' என்பது பெரும்பகுதியான சரளையில் சிறிய அளவு மணல் கலந்துள்ளது என்பதைக் குறிப்பிடும். அதேசமயம் 'சரளை கொண்ட மணல்' என்பது பெரும்பகுதியான மணலில், சிறிய அளவு சரளை கலந்துள்ளது என்பதைக் குறிப்பிடும்.

சரளை
மணல்
வண்டல்
களிமண்
கரிம மண்

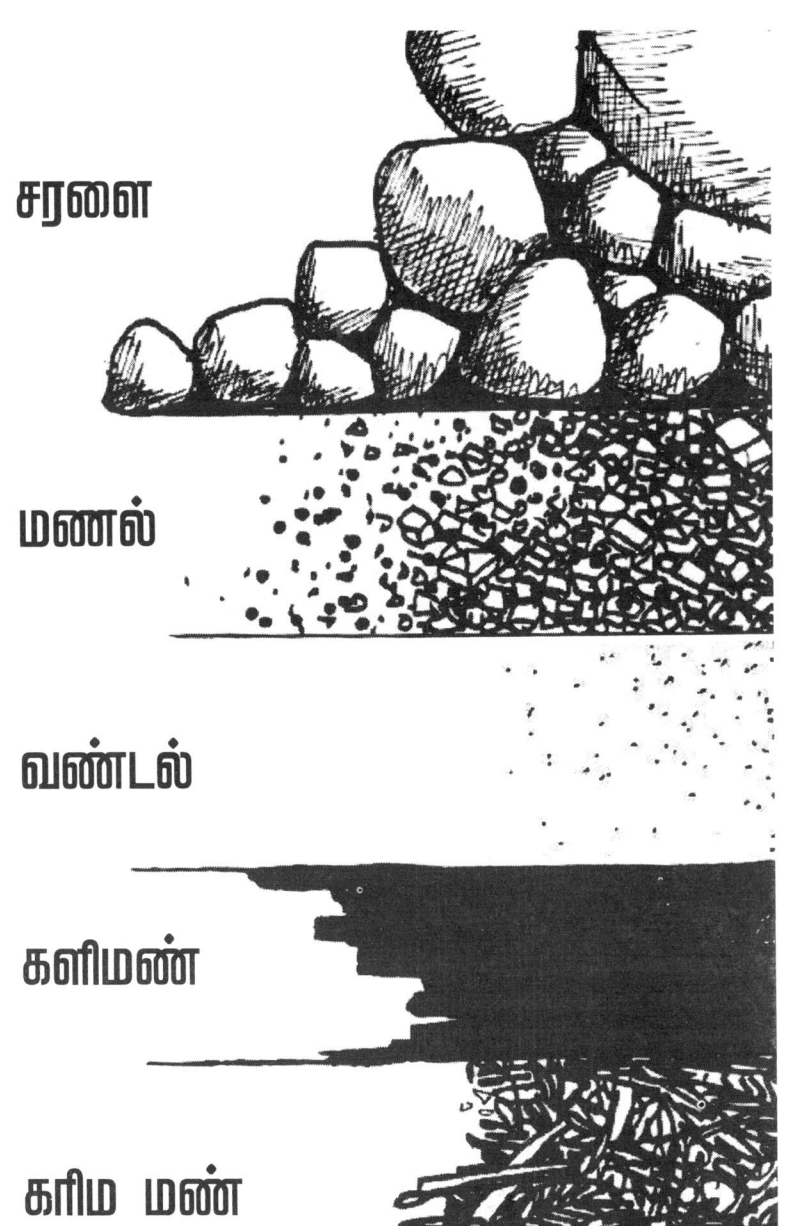

மண் வகைகளின் பயன்பாடுகள்

சரளை: மண் சுவர் கட்டுவதற்கு இந்த மண் தனியாக பயன்படாது. இந்த சிறிய கற்களை ஒன்றாகப் பிணைக்க இதில் எதுவும் இல்லை.

மணல்: இதுவும் சரளையைப் போலவே சுவர் கட்டுவதற்குத் தனியாக பயன்படாது. ஆனால் களிமண்ணுடன் கலந்து—மணல் கொண்ட களிமண் (sandy clay) ஆகவோ அல்லது களிமண் கொண்ட மணல் (clayey sand) ஆகவோ—பயன்படுத்தினால் இதுவே சிறந்த மண் சுவர் கட்டும் கலவையாக இருக்கும்.

வண்டல் (silt): சரளை மற்றும் மணலைப் போலவே இதை மட்டுமே வைத்துக் கொண்டு சுவர்களைக் கட்ட முடியாது. மேலும், இந்த மண்ணை அழுத்த இயலாது. எனவே இந்த மண்ணை திமித்த மண் (rammed earth) சுவர்களுக்கும், அழுத்திய மண் கற்களுக்கும் (compressed earth block) பயன்படுத்த முடியாது. இதனோடு சுண்ணாம்பு மற்றும் சிமிட்டி போன்ற நிலைப்படுத்திகளை (stabiliser) சேர்ப்பதன் மூலம், ஒரு வலுவான சிறந்த கட்டுமானப் பொருளாக இதனை உருமாற்றலாம்.

களிமண்: இது சுருங்கும் மற்றும் விரியும் தன்மை கொண்டது. மழைக்காலங்களில் இது விரிவடைவதால், இதில் விரிசல்கள் ஏற்படக் கூடும். இதுவே பெரும்பாலான மண் வகைகளில் உள்ள இயற்கை பிணைப்பி (natural binder) ஆகும்.

செம்புரை மண் (laterite soil): இது ஒரு வகையான சிவப்பு இரும்பு மற்றும் அலுமினியம் கொண்ட களிமண் ஆகும். தரையில் இருந்து பெருந்துண்டுகளாக வெட்டப்பட்டு கட்டுமானத்திற்குப் பயன்படுகிறது. கட்டமைத்தப் பிறகு காற்றுக்கு ஆட்பட்டு இருக்கும் போது மேலும் திடமாகிறது. இது பொதுவான மண் வகைகளைப்

போல் அல்லாமல், கல்லைப் போன்று திடமாக இருப்பதால், ஒரு நல்ல கட்டுமானப் பொருளாக செயல்படுகிறது. களிமண் மற்றும் செம்புரை மண்ணைப் பயன்படுத்தும் போது, உள்ளூர் பாரம்பரிய முறைகளைப் பின்பற்றுவது புத்திசாலித்தனம் ஆகும்; ஏனென்றால், கட்டுமானத்திற்கு பொருத்தமற்ற சில களிமண் வகைகளும் உள்ளன. எந்த களிமண் வகைகளை 'பயன்படுத்தக் கூடாது என்பதையும், அப்படியே பயன்படுத்தினாலும் அவற்றை எவ்வாறு முறையாக கையாள்வது என்பதையும் உள்ளூர் மக்கள் தெரிந்து வைத்திருப்பர்.

கரிம மண்: சுவர் கட்டுவதற்கு இது பயனற்றது. ஒரு எழுதப்படாத விதி என்னவென்றால், தாவரங்களை வளர்ப்பதற்கு ஒரு மண் பொருத்தமானது என்றால், அது சுவர்களைக் கட்டுவதற்குப் பொருத்தமற்றதாக இருக்கும்.

கலவைகள்: கலவையில் எந்தெந்த மண் வகைகள் உள்ளன என்பதைக் கண்டறிய வேண்டும். பின்னர், அதன் பயன்பாட்டு முறையை மேலே பட்டியலிட்ட பல்வேறு வகையான மண்ணின் விகிதத்தைப் பொறுத்தே முடிவு செய்ய வேண்டும்.

உங்கள் பகுதியில் உள்ள பழைய கட்டடங்களை கவனித்து, அவற்றில் பயன்படுத்தப்பட்ட மண் வகைகள், அவற்றின் ஆயுள் அல்லது குறைபாடுகளை நீங்களே ஆய்ந்து அறியுங்கள்.

சரளை மட்டும் பயன்படாது.

மணல் மட்டும் பயன்படாது.

சிறிதளவு களிமண்ணை சேர்த்தால் பயன்படும்.

வண்டல் மட்டும் பயன்படாது.

நிலைப்படுத்திகளைச் சேர்த்தால் பயன்படும்.

களிமண் மட்டும் பயன்படாது.

சிறிதளவு மணலை சேர்த்தால் பயன்படும்.

கரிம மண் பயன்படாது.

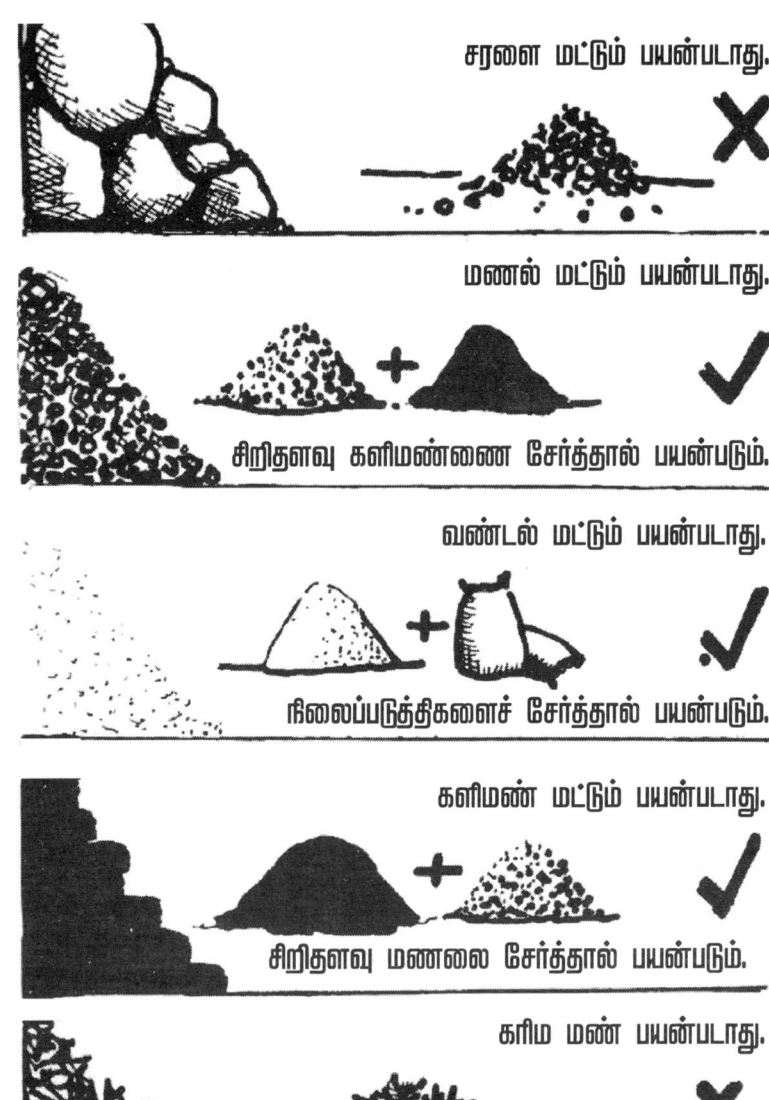

எளிய மண் பரிசோதனைகள்

நிபுணர்களிடம் கொடுத்து முறையாக மண்ணை பரிசோதனை செய்ய முடியும் என்றாலும், உங்கள் மனையிடத்தில் இருக்கும் மண் கட்டுமானத்திற்கு ஏதுவாக இருக்குமா என்பதை நீங்களே தெரிந்து கொள்ள, சில எளிய பரிசோதனைகள் உண்டு. இதைவிட சிறந்தது என்னவென்றால், உள்ளூரிலேயே ஏற்கனவே மண் வீட்டில் இருப்பவர்களிடம் உள்ளூர் மண் வகைகளைப் பற்றி கேட்டுத் தெரிந்து கொள்வது தான். எழுபது அல்லது எண்பது வயதுடைய மண் வீடுகளை நீங்கள் பல மாவட்டங்களில் காணலாம். இந்த நிலைத்தன்மை மட்டுமே அந்த மண் வகைகள் கட்டுமானத்திற்கு ஏதுவாக இருக்கும் என்பதை நிரூபிக்கிறது.

சுருட்டு பரிசோதனை (CIGAR TEST)

சிறிய கைப்பிடி மண்ணை எடுத்து, அது ஒருசேர ஒட்டிக்கொள்வதற்கு போதுமான நீர் சேர்த்து, ஒரு சுருட்டு வடிவத்தில் உருட்டவும். இப்போது அதை கையில் பிடித்து, கட்டைவிரல் மற்றும் ஆள்காட்டி விரலால் அழுத்தி உள்ளங்கையில் இருந்து வெளியே பிதுங்கி வருமாறு செய்யவும். அது உடைந்து தரையில் விழுவதற்கு முன் எவ்வளவு நீளம் வெளியே பிதுங்கி வந்திருக்கிறது என்பதை கவனிக்கவும்.

கூர்நோக்குகள்:

1. அதை வடிவமாக்க முடியாமலோ, பிதுக்கும் போது மிகவும் தளர்வாக உதிர்ந்தாலோ, அதில் போதிய அளவு களிமண் இல்லாமல், மணல் மட்டுமே அதிகமாக இருக்கிறது என்று அர்த்தம். இதில் களிமண் அல்லது மற்ற நிலைப்படுத்திகளை சேர்த்தால் மட்டுமே பயன்படுத்த முடியும்.

2. கீழே விழுவதற்கு முன் இரண்டு அல்லது மூன்று அங்குலங்கள் மண் வெளியே வந்தால், அதில் போதுமான களிமண் இருப்பதாகவும், கட்டுமானத்திற்கு ஏதுவாக இருப்பதாகவும் அர்த்தம்.

3. கீழே விழுவதற்கு முன் எட்டு அல்லது ஒன்பது அங்குல நீளம் வரை வந்தால், அதில் அதிகமாக களிமண் இருக்கிறது என்று அர்த்தம். இதில் மணல் அல்லது சரியான நிலைப்படுத்திகளைச் சேர்க்காவிட்டால் விரிசல் மற்றும் சுருங்குதல் பிரச்சனைகள் வரக்கூடும்.

சரளைகளை ஒன்றிணைக்க முடியாது என்பதால் அதைக் கொண்டு சுருட்டு பரிசோதனை செய்ய முடியாது. கரிம மண்ணைக் கொண்டு சுருட்டு பரிசோதனை செய்ய முடிந்தாலும் கட்டட வேலைக்கு இது பயன்படாது. எனினும், மேற்பரப்பில் இருக்கும் கரிம மண்ணுக்கு அடியில், கட்டுமானத்திற்கு ஏதுவான மண் அடுக்குகளும் இருக்கலாம் என்பதை மறந்துவிடாதீர்கள்.

மண்ணால் ஒரு சுருட்டை செய்யுங்கள்.

அதை உங்கள் கையில் இருந்து கசக்கி விடுங்கள்.

அது பிதுங்கி கீழே விழுவதற்கு எடுக்கும் நேரத்தை கவனியுங்கள்.

மாச்சில் பரிசோதனை (BISCUIT TEST)

மண்ணை ஈரப்படுத்திய பின், சுமார் 1/4" தடிமன் மற்றும் 2" விட்டம் (diameter) அளவில் அதனை ஒரு மாச்சில் (biscuit) வடிவத்தில் ஆக்கவும். இதை வெயிலில் நன்கு உலர வைக்கவும்.

கூர்நோக்குகள்:

1. அதை வடிவமாக்க முடியாமலோ, உடைக்கும் போது மிகவும் தளர்வாக உதிர்ந்தாலோ, அதில் போதிய அளவு களிமண் இல்லாமல் மணல் மட்டுமே அதிகமாக இருக்கிறது என்று அர்த்தம். இதில் களிமண் அல்லது மற்ற நிலைப்படுத்திகளைச் சேர்த்தால் மட்டுமே பயன்படுத்த முடியும்.

2. அதை வடிவமாக்க முடிகிறது, ஆனால் அதே சமயம் கடினமின்றி உடைக்கவும் முடிகிறது என்றால் அந்த மண் கட்டுமானத்திற்கு ஏதுவாக இருக்கும்.

3. அதை உடைப்பதற்கு மிகவும் கடினமாக இருந்தால் அதில் அதிகமாக களிமண் இருக்கிறது என்று அர்த்தம். அதில் மணல் அல்லது சரியான நிலைப்படுத்திகளைச் சேர்க்காவிட்டால் கட்டுமானத்திற்குப் பயன்படுத்த முடியாது.

மண்ணைக் கொண்டு ஒரு மாச்சில்லை உருவாக்கவும்.

அதை வெயிலில் காய வைத்து உடைக்கவும்.

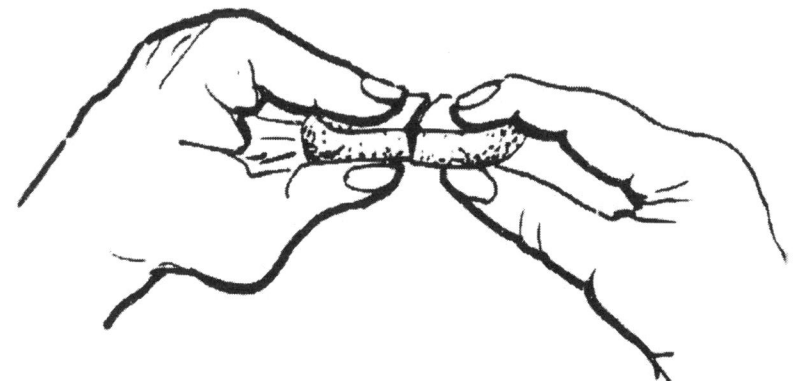

கையால் தேய்க்கும் பரிசோதனை (RUB TEST)

உங்கள் கைகள் நன்கு அழுக்காகும் வரை ஈரமான மண்ணுடன் விளையாடுங்கள். பின்னர் உங்கள் கைகளை கழுவி பாருங்கள்.

கூர்நோக்குகள்:

1. மிகச் சுலபமாக கையில் இருக்கும் மண்ணைக் கழுவ முடிகிறது என்றால், அதில் போதிய அளவு களிமண் இல்லாமல், மணல் மட்டுமே அதிகமாக இருக்கிறது என்று அர்த்தம். இதில் களிமண் அல்லது மற்ற நிலைப்படுத்திகளை சேர்த்தால் மட்டுமே பயன்படுத்த முடியும்.

2. கையில் இருக்கும் மண்ணை சுத்தமாக கழுவ சிறிது நேரம் எடுத்துக் கொண்டாலோ, கோதுமை மாவு அல்லது மைதாவை போல பொடிப் பொடியாக இருந்தாலோ, நீங்கள் வண்டலுடன் (silt) விளையாடுகிறீர்கள் என்று அர்த்தம். நீங்கள் நிலைப்படுத்திகளைச் சேர்த்தால் மட்டுமே இதைப் பயன்படுத்த முடியும்.

3. கையில் இருக்கும் மண்ணை சுத்தமாக கழுவ அதிக நேரம் எடுத்தாலோ, வழவழப்பாக உணர்ந்தாலோ, அதில் அதிகமாக களிமண் இருக்கிறது என்று அர்த்தம். அதில் மணல் அல்லது சரியான நிலைப்படுத்திகளைச் சேர்க்காவிட்டால் கட்டுமானத்திற்குப் பயன்படுத்த முடியாது.

மண் பெரும்பாலும் கலவையாகவே இருக்கும். ஆகையால் மணலின் சொரசொரப்பையும், களிமண்ணின் வழவழப்பையும் ஒரே சமயத்தில் உணர வாய்ப்புகள் உண்டு. அவ்வாறு இருந்தால் அந்த மண் கட்டுமானத்திற்கு ஏதுவாக இருக்கும்.

நிறம்

நீங்கள் மண்ணின் நிறத்தைக் கொண்டே அது கட்டுமானத்திற்கு ஏதுவாக இருக்குமா இல்லையா என்பதை அறியலாம்.

அடர் மஞ்சள், செம்மஞ்சள் மற்றும் சிவப்பிலிருந்து அடர் கருஞ்சிவப்பு நிறங்கள் வரை இருக்கும் மண் வகைகளில் இரும்புச் சத்து அதிகமாக இருக்கும். இந்த மண் வகைகள் கட்டுமானத்திற்கு மிகவும் ஏதுவாக இருக்கும்.

வெறும் களிமண்ணாக இருந்தால் அழுக்கு வெள்ளை, சாம்பல் அல்லது மந்தமான பழுப்பு நிறங்களில் இருக்கும்.

மந்தமான பழுப்பு நிறத்துடன் சேர்ந்து பச்சை நிறமும் இருந்தால் அதில் அதிகப்படியான கரிமப்பொருட்கள் இருக்கின்றன என்று அர்த்தம்.

உங்கள் கைகளை மண்ணில் தேய்த்து, பின்னர் அவற்றை சுத்தமாக கழுவுவது எவ்வளவு எளிதாக அல்லது கடினமாக இருக்கிறது என்பதைப் பாருங்கள்!

நிலைப்படுத்திகள் (STABILISERS)

ஒரு பொருள் பலவீனமாக, தனியாகப் பயன்படுத்த முடியாமல் இருந்தால், அது நிலையாக இல்லை என்று கூறுகிறோம். சரளை, மணல், வண்டல் (silt) போன்ற சில மண் வகைகளைத் தனியாக பயன்படுத்த முடியாது. அதனால் இவை அனைத்தும் பயனற்றவை என்று அர்த்தமல்ல. இவற்றை நிலைப்படுத்த சில கூடுதல் பொருட்களை சேர்ப்பதன் மூலம் மண்ணில் உள்ள குறைபாடுகளை நாம் சரிசெய்யலாம். இதை செய்வதனால் மண்ணை வலுவாக, இட்டிகை (brick) செய்வதற்கும், சுவர் கட்டமைப்பதற்கும் ஏற்றதாக மாற்றலாம். மண்ணை நிலைப்படுத்த நாம் சேர்க்கும் இந்த கூடுதல் பொருட்களையே நிலைப்படுத்திகள் என்று அழைக்கிறோம்.

தற்போது உள்ள காலங்களில், மண்ணுக்கு ஒரு நிலைப்படுத்தி தேவை என்றாலே, பெரும்பாலான மக்களின் நினைவுக்கு வருவது சிமிட்டியே (cement). ஆனால் ஆயிரக்கணக்கான ஆண்டுகளாக உலகம் முழுவதும் நிலைத்து இருக்கும் வீடுகள் அனைத்தும் மண்ணால் ஆனவை என்பதை நாம் நினைவில் கொள்ள வேண்டும். மேலும் நமது 'நவீன' போர்ட்லேண்ட் சிமிட்டிக் (portland cement) கண்டுபிடிக்கப்பட்டது இருபதாம் நூற்றாண்டில் தான். நமது முன்னோர்கள், பல நூறு ஆண்டுகளாக சோதித்து பிழையறியும் (trial and error) முறை மூலம், பல நிலைப்படுத்திகளைக் கண்டுபிடித்தனர். இதில் சிறந்தவை பல நூற்றாண்டுகளுக்குப் பின்னரும் நிலைத்துள்ளன. அவர்களின் மரபுசார்ந்த அறிவை நாம் கற்றுக் கொள்ளாவிட்டால் நாம் முட்டாள் ஆகிவிடுவோம்.

நிலைப்படுத்திகள் இல்லாமல்

நிலைப்படுத்திகளைச் சேர்த்து

சிமிட்டி

சிமிட்டி ஒரு நவீன நிலைப்படுத்தி ஆகும். பெரும்பாலான சூழ்நிலைகளில் சிமிட்டியை நிலைப்படுத்தியாகப் பயன்படுத்துவது நல்லது. ஆனால் இதன் விலை, எளிதில் கிடைக்கக்கூடிய தன்மை, மற்றும் உற்பத்தி ஆற்றல் போன்ற அனைத்துமே கேள்விக் குறியாகவே உள்ளன. மேலும் மண்ணைப் பொறுத்தவரை எந்த விகித்ததிற்கு சிமிட்டி தேவைப்படும் எனக் கூறுவது கடினம். உதாரணமாக, மண்ணுக்கு 5% நிலைப்படுத்திகள் தேவை என்றால், அதில் சிமிட்டி ஒரு பங்கும் மண் 19 பங்கும் அடங்கும். அதாவது, உங்கள் வீட்டிற்கு 100 கன மீட்டர் (cubic metre) மண் தேவைப்பட்டால், சிமிட்டியானது 5 கன மீட்டர் அளவு தேவைப்படும். ஆனால் உங்கள் மண்ணைப் பரிசோதனை செய்ய உங்களுக்கு பொறுமையும், ஆர்வமும் இருந்தால், உங்களிடம் இருக்கும் குறிப்பிட்ட மண்ணை நிலையானதாக மாற்றுவதற்கு 2% சிமிட்டி மட்டுமே தேவைப்படுகிறது என்பதைக் கண்டறியலாம். மேற்கூறியது 125 பைகளுக்கும் 50 பைகளுக்கும் உள்ள் வித்தியாசம் ஆகும். தற்போதைய விலையில் 125 சிமிட்டி பைகளுக்கு ரூ.10,000/- (1987-ஆம் ஆண்டு) என்றால் 50 சிமிட்டி பைகளுக்கு ரூ.4,000/- மட்டுமே ஆகும். எனவே மண்ணை பரிசோதனை செய்வதன் மூலம் தேவைக்கு அதிகமாக சிமிட்டியை பயன்படுத்துவதைத் தவிர்க்கலாம்.

தற்போது, பொறியாளர்கள் மற்றும் ஒப்பந்ததாரர்கள் மண்ணை ஏற்றுக்கொள்ளாமல் இருப்பதற்கு, துல்லிய கணக்கிடல் இல்லாததே ஒரு முக்கியக் காரணம் ஆகும். உதாரணமாக, 5.7362% சிமிட்டி இருக்கலாம் என்று நீங்கள் சொன்னால் அவர்கள் மகிழ்ச்சி அடைவார்கள். ஆனால் 1% முதல் 5% வரை உள்ளதில் ஏதோ ஒன்று என்றால், அவர்கள் அதனை ஏற்றுக்கொள்ள மாட்டார்கள். துரதிர்ஷ்டவசமாக, இன்றைய விஞ்ஞானம் அனுபவம் சார்ந்த அறிவை ஏற்றுக்கொள்வதில்லை. அதிகம் மணல் அல்லது அதிகம் களிமண் கொண்ட மண் வகைகளுக்கு 3% முதல் 12% வரை சிமிட்டி தேவைப்படலாம். ஆனால் பொதுவாக 4% அல்லது 5% தான் தேவைப்படுகிறது. இருப்பினும், நான் சிமிட்டியைப் புறக்கணிக்கவே விரும்புகிறேன். வேறு மாற்று நிலைபடுத்திகள் இல்லாமல் போகும் பட்சத்தில் மட்டுமே நான் சிமிட்டியை பயன்படுத்துகிறேன்.

சிமிட்டி X
ரூ. + +
+ +

சுண்ணாம்பு ✓
ரூ.-

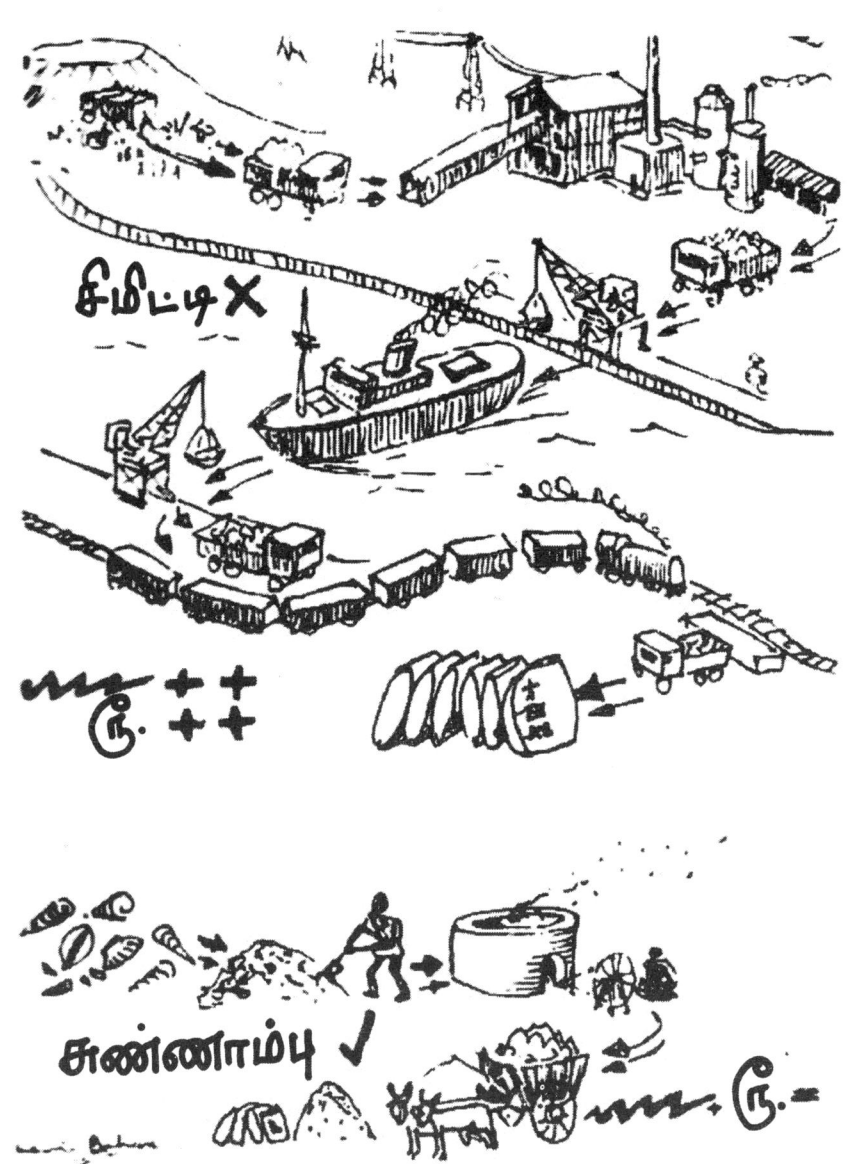

சுண்ணாம்பு (LIME)

சிமிட்டியின் அதே அடிப்படை பொருட்களிலிருந்து தான் சுண்ணாம்பும் தயாரிக்கப்படுகிறது. ஆனால் இது ஆயிரக்கணக்கான ஆண்டுகள் பழமையானது. கிட்டத்தட்ட எல்லா இடங்களிலும், சிமிட்டியை விட, குறைந்த உற்பத்தி ஆற்றல் மற்றும் குறைந்த செலவில் சுண்ணாம்பைத் தயாரிக்க முடியும். மேலும் இது மண்ணுக்கு மிகச் சிறந்த ஒரு நிலைப்படுத்தியாகும். பொடிக்கப்பட்ட (slaked) மற்றும் பொடிக்கப்படாத (unslaked) சுண்ணாம்பு இரண்டையுமே கட்டுமானத்திற்குப் பயன்படுத்தலாம். ஆனால் பொடிக்கப்பட்ட சுண்ணாம்பு கட்டுமான வேலையின் போது தொழிலாளர்களின் கை கால்களை அரிக்காமல் இருக்கும்.

சிமிட்டியைப் போலவே சுண்ணாம்பின் அளவும் உங்கள் குறிப்பிட்ட மண் கலவையின் தரத்தைப் பொருத்தது. நிறைய மணல் அல்லது நிறைய களிமண் உள்ள மண் என்றால், நிறைய நிலைப்படுத்தி தேவைப்படும். சுண்ணாம்பு 2% முதல் 6% வரை பயன்படுத்தப்படலாம். பொதுவாக 3% அளவில் கலந்தால் போதுமானது.

சுண்ணாம்பையும் சிமிட்டியையும் பொறுத்தவரை வலுவூட்டத்திற்கு என எந்த நிலைப்படுத்திகளும் தேவை இல்லை. ஆனால் மண்ணுடன் சுண்ணாம்பையும் சிமிட்டியையும் சேர்க்கும் போது, மண் அவற்றில் இருக்கும் ஈரத்தை வேகமாக உறியக் கூடும். அதனால் இந்த ஈரம் உறியப்படுவதை தவிர்ப்பதற்கென அவற்றில் கூடுதலாக வேறு சில நிலைப்படுத்திகளைச் சேர்ப்பது அவசியம்.

நீங்கள் விரைவில் கட்டடம் கட்டி முடிக்க விரும்பினால், சுண்ணாம்பு மற்றும் சிமிட்டிக் கலவையைப் பயன்படுத்துவது நல்லது. சுண்ணாம்பு மெதுவாக உலரும். ஆனால் அதில் சிறிது சிமிட்டி சேர்த்தால், கலவை விரைவாக உலர்ந்து விடும். இத்தகைய கலவைகளுக்கு, 2% சுண்ணாம்பு மற்றும் 1% சிமிட்டி பெரும்பாலும் போதுமானது.

சுண்ணாம்பு அதிகம் பயன்படுத்தப்படும் சிறந்த நிலைப்படுத்தியாகும்.

இது மண் சூளையில் கடல் சிப்பி, கிளிஞ்சல் அல்லது சுண்ணாம்புக் கற்களை சுடுவதன் மூலம் தயாரிக்கப் படுகிறது.

ஊரக நிலைப்படுத்திகள்
(RURAL STABILISERS)

பாரம்பரியக் கட்டடங்களில் வேறு சில நிலைப்படுத்திகளும் பயன்படுத்தப் பட்டுள்ளன. பொதுவாகப் பயன்படும் புழக்கத்தில் உள்ள சில நிலைப்படுத்திகளின் பட்டியல் இதோ:

1. **வைக்கோலில்** ரசாயனம் எதுவும் இல்லை. களிமண்ணில் வைக்கோல் விரிசலைக் குறைக்கவும், மண் கற்களில் அவற்றின் ஈரப்பதத்தைக் கையாளவும் உதவுகிறது. வெவ்வேறு பகுதிகளில் உள்ளவர்கள் வைக்கோலுக்கு நிகராக பதர் (chaff) மற்றும் பல்வேறு வகையான தாவர நார்களைப் பயன்படுத்துகின்றனர்.

2. **மாட்டு சாணம்** ஏராளமான நார்ச்சத்துள்ள பொருட்களைக் கொண்டுள்ளது. பாரம்பரியமாக அனைத்து வகையான மண் வேலைகளிலும் பயன்படுத்தப் படுகிறது.

3. **சிறுநீரும்** பயன்படுத்தப் படுகிறது. இதில் இருக்கும் யூரியா (urea) எனப்படும் ரசாயனம் பசை போன்ற ஒரு பிணைப்பானாக செயல்படுவதால் இது நிலைப்படுத்தியாகப் பயன்படுத்தப் படுகிறது.

4. **வேலம் பசை** (gum arabic/பிசின்) மற்றும் பிற பசைகள் பிணைப்பான்களாகவும் (binder), நீர்த் தடுப்பான்களாகவும் (water proofer) பயன்படுத்தப் படுகின்றன.

5. **சர்க்கரை மற்றும் வெல்லப்பாகும்** பிணைப்பான்களாக பயன்படுகின்றன. மேலும் இதில் உள்ள நார்ச்சத்து கொண்ட பொருட்கள் கலவைக்கு கூடுதல் வலு அளிக்கின்றன.

6. **பதமாக்கி அமிலம்** (tannic acid) மற்றும் அதன் கழிவுகள் ஊரக தொழிற்சாலைகளில் பயன்படுத்தப் படுகின்றன. இவை நல்ல நிலைப்படுத்திகளாக நிரூபிக்கப்பட்டுள்ளன.

வைக்கோல்
பதர்
மாட்டு சாணம்

7. **எண்ணெயும்** பயன்படுத்தப் படுகிறது. கேரளா போன்ற இடங்களில் முக்கியமாக மண் சுவர்களின் மேற்பரப்பை நீர்புகாமல் தடுப்பதற்கு தேங்காய் எண்ணெய் பயன்படுத்தப் படுகிறது. ஏறக்குறைய எல்லா வகை எண்ணெயும் ஏதோ ஒரு விதத்தில் நிலைப்படுத்தியாகப் பயன்படுத்தப் படுகின்றது. இயந்திர கழிவு எண்ணெய் (waste engine oil) தேங்காய் எண்ணெயின் நவீன மாற்று நிலைப்படுத்தி ஆகும். இது கற்காரை மற்றும் மண் சுவர் ஆகிய இரண்டிலும் ஒரு நல்ல நீர் தடுப்பானாகச் செயல்படுகின்றது.

சில மண் வகைகளை 'நவீனம்' என்று பொதுவாக கருதப்படும் பொருட்களால் கூட மேம்படுத்த முடியாது.

தாவரச் சாறுகளிலிருந்து நிலைப்படுத்திகள்

பால்பெருக்கிகள் (poinsettia), கற்றாழை (cacti), கதலை (sisal) போன்ற தாவரங்களில் இருந்து பெறப்படும் வெள்ளை நிறப் பசை ஒரு நல்ல பிணைப்பானாகவும் (binder) நீர் தடுப்பானாகவும் (water proof) செயல்படுகின்றது.

மரங்களிலிருந்து வரும் பல சாறுகளும் ஒட்டும் தன்மை கொண்டதாகவும், சிறந்த நீர்த் தடுப்பான்களாகவும் இருக்கும். ஆனால் அவை தண்ணீருடன் கலக்காததால், அவற்றைப் பயன்படுத்துவது மிகவும் கடினம். இதனை மண்ணுடன் கலப்பதும் எளிதல்ல.

உள்ளூர் மக்களின் கட்டுமான உத்திகள், பெரும்பாலும் நமக்கு எளிய பதில்களை வழங்குகின்றன.

தார் (bitumen) ஒரு நல்ல நிலைப்படுத்தி ஆகும். ஆனால் இது சாதாரண மக்களுக்கு எளிதில் கிடைக்காது. அப்படியே கிடைத்தாலும் கூட அவை அரசின் பொதுப்பணித் துறையிடமிருந்து கணக்கில் காட்டாமல் எடுத்துத் தரப்பட்டதாக இருக்கலாம்.

பொதுவாக மண்ணே சிறந்த நிலைப்படுத்தி ஆக அமைகின்றது. உங்கள் மண்ணில் மணல் அதிகமாக இருந்தால், அதற்கு களிமண்ணே சிறந்த நிலைப்படுத்தியாகும். மண்ணில் களிமண் அதிகமாக இருந்தால், அதற்கு மணலே சிறந்த நிலைப்படுத்தியாகும்.

சிமிட்டி ஒரு நவீன நிலைப்படுத்தியின் சிறந்த உதாரணம் ஆகும். இது விலை உயர்ந்தது மட்டுமல்லாமல் அதீத உற்பத்தி

ஆற்றலும் கொண்டது. பழைய உள்ளூர் நிலைப்படுத்திகளில் பெரும்பாலானவை, இயற்கையான கழிவுப்பொருட்களில் இருந்து கிடைப்பவையாகும். அவை விலை குறைவாக இருப்பது மட்டுமல்லாமல் மனித உழைப்பைத் தவிர வேறு எந்த உற்பத்தி ஆற்றலையும் பயன்படுத்துவது இல்லை.

இறுதியாக, இந்தியாவின் பல பகுதிகளில் காணப்படும் மண் வகைகள் நிலைப்படுத்திகள் இல்லாமலேயே பயன்படுத்தும் வகையில் திருப்திகரமாகவே உள்ளன. மண்ணைப் பயன்படுத்தி பரிசோதனை செய்து பார்த்தால் மட்டுமே உங்களுக்கு ஒரு நிலைப்படுத்தி தேவையா இல்லையா என்பது தெரிய வரும்.

இதற்கு முன் நாம் பல்வேறு மண் வகைகளைப் பற்றி பார்த்தோம். தண்ணீரிலிருந்து மண் கட்டுமானத்தைப் பாதுகாக்க வேண்டியதன் அவசியம் பற்றியும், சில சமயங்களில் மண்ணை வலிமையாக்க நிலைப்படுத்திகளைப் பயன்படுத்த வேண்டியதன் அவசியம் பற்றியும் பேசினோம். அடுத்ததாக, நாம் எவ்வாறு மண்ணைக் கட்டுமானத்திற்கு பயன்படுத்துவது என்பதைப் பார்ப்போம்.

மண் வீடு கட்ட பல வழிமுறைகள் உள்ளன. பொதுவாக எந்தப் பகுதியை எடுத்துக் கொண்டாலும், ஒரு சுவரை உருவாக்குவதற்கு, பெரும்பாலும் ஒரே ஒரு வழி மட்டுமே பயன்படுத்தப் படுகிறது. குறைந்தபட்சம் ஒரு மனிதரின் உயரத்திற்கு சுவரை உருவாக்கி, அந்த உயரத்தை அடைந்ததும் அது சரியாமல் நிற்கச் செய்வது மட்டுமல்லாமல், கூரையின் எடை மற்றும் உந்துவிசையையும் (thrust) சுமந்து நிற்கும் திறன் கொண்டதாக அமைக்க வேண்டும்.

வைக்களி (COB)

உயரமான கட்டுமானத்தை தவிர மற்ற அனைத்திற்கும் சிறந்தது. வளைவான அல்லது வட்ட சுவர்களுக்கு இது ஏதுவாக இருக்கும்.

திமித்த மண் (RAMMED EARTH/PISE)

வலுவானது. மேலும் ஒற்றை மாடி வீடுகளுக்கு ஏற்றது.

பசுமக்கல் அல்லது வெயிலில் உலர்ந்த மண் கல் (ADOBE/SUN DRIED BRICK)

இரண்டு மாடி வீடுகள் அமைக்க எளிதாக பயன்படுத்தலாம்.

அழுத்தப்பட்ட மண்கல் (COMPRESSED EARTH BLOCK)

மென்மையானது, மிகவும் வலுவானது மற்றும் மூன்று மாடிகள் உருவாக்க வல்லது.

பின்னல் தட்டி மற்றும் சாந்து (WATTLE & DAUB)

நிலநடுக்கங்களுக்கு அதிகம் உள்ளாகும் இடங்களுக்கு ஏற்றது. பிரம்பு மற்றும் மூங்கில் கிடைக்கும் இடங்களில் இந்த முறையை பயன்படுத்தலாம்.

மண் கட்டுமான நுட்பங்களிலேயே எளிமையான முறை வைக்களி (cob) முறையாகும். மண்ணை வலுவாக்க முடிந்தவரை குறைந்த அளவு தண்ணீரை சேர்க்கவும். உங்கள் இரு கைகளால் பிடிக்கக் கூடிய அளவுக்கு மண்ணை எடுத்து, அதனை ஒரு நீளமான முட்டை வடிவத்தில் உருட்டவும். இதன் வழக்கமான நீளம் 12 முதல் 18 அங்குலங்கள் (30 முதல் 40செ.மீ.) ஆகும். இதன் வழக்கமான தடிமன் 6 அங்குலங்கள் (15செ.மீ.) ஆகும்.

முதலாவதாக, இந்த வைக்களி மண் உருண்டைகளை ஒரு வரிசையில் அருகருகே அழகாக வைத்து, ஒன்றாக சேர்த்து அழுத்தி வைக்கவும்.

பின்னர், அதன் மேல் மற்றொரு வரிசையில் வைக்களிகளை, அதே போல அடுக்கவும். இந்த இரண்டாவது அடுக்கை, கீழ் வரிசையின் வைக்களிகளின் இடுக்குகளின் மேலே, படத்தில் உள்ளவாறு வைக்கவும்.

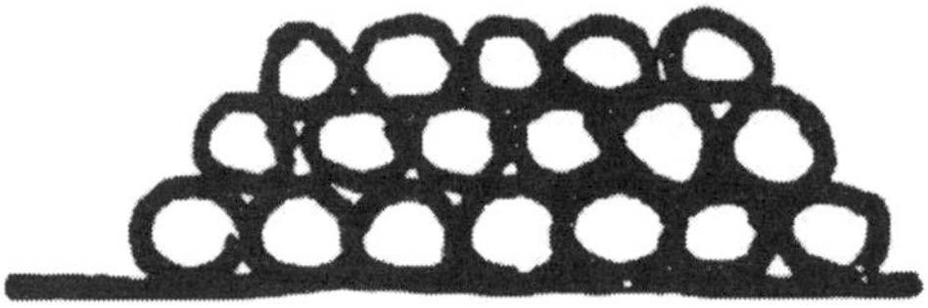

மூன்று அல்லது நான்கு வரிசைகள் கட்டி முடித்த பின்னர், பக்கங்களை மென்மையாக்க வேண்டும். இதனால் வரிசைகளின் இடையில் இருக்கும் சிறு சிறு இடுக்குகள் மறைந்துவிடும்.

அனுபவமும் உகந்த கருவிகளும் இருந்தால், மிகவும் மென்மையான வைக்களி சுவர்களைக் கட்டலாம்.

இதுவரை, நான் வைக்களிகளை ஒன்றாக ‘அடுக்க வேண்டும்’ என்றே கூறி வந்தேன். ஆனால் நடைமுறையில், அனுபவம் வாய்ந்தவர்கள் வைக்களிகளை துல்லியத்தோடும் வலுவோடும் ஒன்றன் மீது ஒன்றாக வீசி எறிவார்கள். இதனால் வரிசைகளுக்கு இடையில் இடுக்குகள் ஏற்படாது.

மண்ணை எப்போதும் திடமாக வைத்துக் கொள்ள வேண்டும். சுவர் கட்டும்போது மண்ணில் அதிக நீர் இருந்தால், அது சரியவோ அல்லது அதன் கீழ் பகுதி சற்று பெரியதாக மாறவோ வாய்ப்புள்ளது.

எந்தவொரு சூழ்நிலையிலும், மண்சுவர் கட்டுமானத்தைப் பொறுத்தவரை ஒரு நாளில் ஒரு குறிபிட்ட உயரம் வரை மெதுவாக கட்டுவதே நல்லது. பொதுவாக செங்கல் சுவர்களைக் கட்டும் போது, ஒரு சுவரை முழுமையான உயரத்திற்கு எழுப்பிய பின்னர் தான், மற்ற சுவர்களின் வேலைத் தொடங்கப்படும். ஆனால் வைக்களி சுவர்கள் மெதுவாக கட்டப்பட வேண்டும் என்பதால், ஒரு வீட்டின் அனைத்து சுவர்களையுமே இரண்டு அல்லது மூன்று அடி உயரம் வரை எழுப்பி, முழுமையான உயரம் அடையும் வரை இதே முறையில் கட்ட வேண்டும்.

வைக்களி சுவரின் மற்றொரு பிரச்சனை என்னவென்றால் சுவர்களை நேராகவும் செங்குத்தாகவும் அமைப்பது ஆகும். இந்த சிக்கலை சமாளிக்க எளிதான வழி—மண் சுவரைக் கட்டும்போது, அது நடுவில் இருக்குமாறு, நம் கால்களை அதன் இருப்புறங்களிலும் வைத்துக் கொண்டு நின்றவாறே வைக்களிகளை வைத்து கட்டுவதாகும்.

சுவரின் துளைகள் மற்றும் புடைப்புகளை கைகளை கொண்டே மென்மையாக்கினால், அதன் மேற்பரப்பு உலர்ந்த பின் கரடுமுரடாகவே இருக்கும். சுவரைக் கட்டி முடித்தவுடன், அதன் மேற்பரப்பை ஒரு மண்வெட்டியையோ, காரைக்கரண்டியையோ (கரணை) அல்லது கூர்மையான கத்தியையோ பயன்படுத்தி மென்மையாக்கலாம். இத்தகைய கருவிகள் புடைப்புகளைத் துண்டித்து, சுத்தமான, மென்மையான மேற்பரப்பைக் கொடுக்கும்.

சரியான மண் பக்குவத்தை நீங்கள் அறிந்துக் கொண்டால், மண் கட்டுமான முறைகளில் வைக்களி முறையே மிக எளிமையான, சிறந்த முறையாக இருக்கும். வளைந்த அல்லது வட்டச் சுவர்களை அமைக்கவும் இதுவே சிறந்த முறையாகும்.

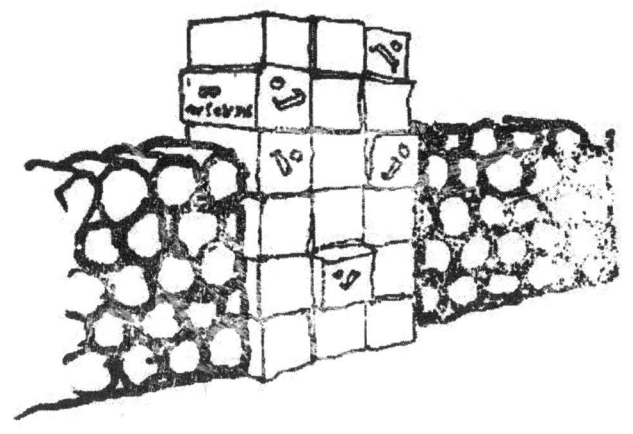

இந்த முறையில், கதவுகள் மற்றும் சாளரங்களுக்கான திறப்புகள் விடுவதற்கு, தற்காலிகமான வடிவச்சாரங்களைப் (formwork/ shuttering) பயன்படுத்தலாம். அந்த வடிவச்சாரங்களுக்கு மண்ணெண்ணெய்த் தகரப் பெட்டிகளை கூடப் பயன்படுத்தலாம்.

வைக்களியின் முக்கியமான ஒரு நன்மை என்னவென்றால், இதனைப் பயன்படுத்தி எல்லோராலும் எளிதில் கட்ட இயலும். சிறப்பு கருவிகளும், அச்சுகளும், பிற உபகரணங்களும் இதற்குத் தேவையில்லை. உங்கள் குழந்தையைப் போலவே உங்களாலும் மண் உருண்டைகளை செய்ய முடியுமென்றால், நீங்களும் நிச்சயமாக ஒரு வைக்களி சுவர் வீட்டை கட்டலாம்.

திமித்த மண் (RAMMED EARTH)

சுவரின் தடிமனை சீர்ப்படுத்துவதற்காக இம்முறை வைக்களி சுவர் முறையை மேம்படுத்தி உருவாக்கப்பட்டது. அழுத்தி திமித்துவதன் மூலம் இந்த சுவரின் வலிமை அதிகரிக்கும். இதனால் இது திமித்த மண் (rammed earth) முறை என்று அழைக்கப்படுகிறது.

இரண்டு பலகைகளை, ஒரு குறிப்பிட்ட இடைவெளி விட்டு, பிரித்து வைக்க வேண்டும். இந்தப் பலகைகளை, உலோகத் தண்டுகள் அல்லது சிறிய மரத்துண்டுகளைக் கொண்டு அவற்றின் இடங்களில் நிலையாக நிறுத்தி வைக்க வேண்டும். இந்த இரண்டு பலகைகளுக்கு இடையில் மண்ணைக் கொட்டி, மரம் அல்லது உலோக திமிசுக் கட்டையால் கீழ்நோக்கி அழுத்த வேண்டும். இதுபோல ஒரு பகுதி முடிந்தவுடன் இரண்டு பலகைகளையும் அகற்றி, வேறு இடத்தில் மேற்கூறியவாறு அவற்றை இணைத்து, மீண்டும் இந்த செயல்முறையை முழு சுவரும் முடியும் வரை தொடர்ந்து செய்ய வேண்டும். செங்கல் வேலைகளில் செய்வது போல், நேர் எசை (vertical joint) விழாதப்படி இதையும் செய்ய வேண்டும். அதாவது ஒரு திமித்த மண் பகுதி, கீழே இருக்கும் மற்றொரு திமித்த மண் பகுதிக்கு அப்படியே மேலே அதே இடத்தில் இருக்கக் கூடாது. இல்லையெனில், இந்த நேர் எசைகள் எல்லாம், பின்னர் ஒரு பெரிய செங்குத்தான விரிசலாக மாறிவிடும்.

இந்த செயல்முறையை எளிதாக்க, இதை செய்யத் தேவைப்படும் இரு பலகைகளுக்கு பதிலாக மேம்படுத்திய சட்டகம் ஒன்றைத் தயாரிக்க முயற்சி செய்யலாம். ஒவ்வொரு பகுதி முடித்த பிறகும் இந்த சட்டகத்தை பிரிக்காமல், அதை அவ்வாறே அடுத்தப் பகுதிக்கு நகர்த்திப் பயன்படுத்துமாறு வடிவமைக்கலாம். வேலையை எளிதாக்க இன்னும் பல நுட்பங்களை கண்டறிய முயற்சி செய்யலாம்.

வைக்களி சுவரை அனைவராலும் கட்ட முடியும் என்றாலும், திமித்த மண் சுவர் கட்ட ஓரளவுக்கு நிபுணத்துவம் தேவை. ஏற்கனவே

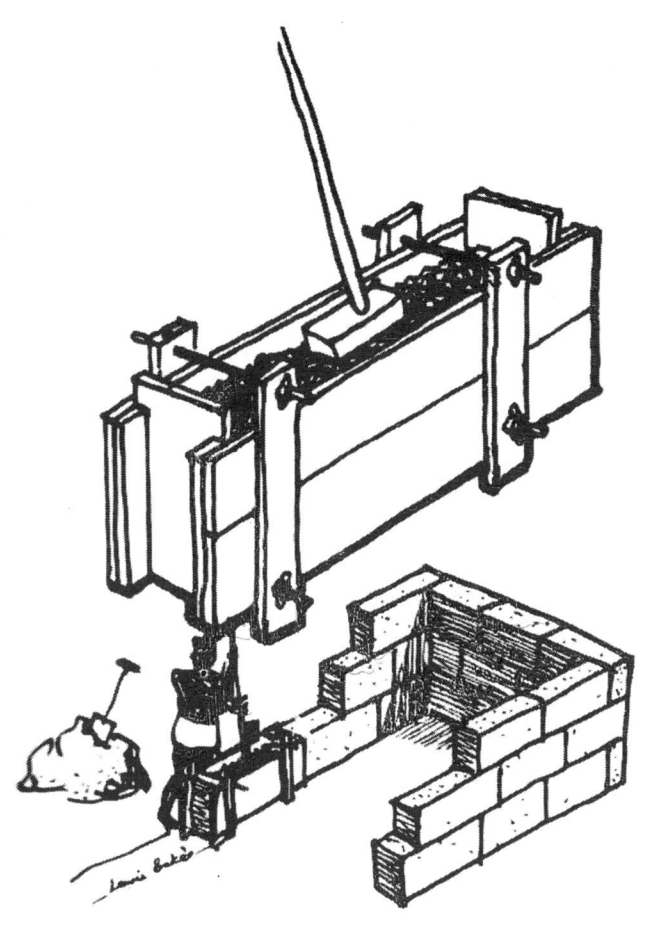

குறிப்பிட்டுள்ளபடி, சுவர்களில் விரிசல் ஏற்படுவதைத் தவிர்க்க கட்டுமானப் பிணைப்புகள் பற்றிய ஒரு புரிதலும் தேவை.

திமித்த மண் சுவர்கள் நீண்ட காலம் நிலைக்கும் என்பதில் எந்த சந்தேகமும் இல்லை. அவை கனமான தளங்களையும் கூரைகளையும் தாங்கும் வலிமை உடையவை. மேலும், இவற்றை இரண்டு மற்றும் மூன்று மாடிக் கட்டடங்களுக்கும் பயன்படுத்தலாம். உலகின் பல பகுதிகளிலும் திமித்த மண் சுவர்கள் நூற்றுக்கணக்கான ஆண்டுகள் நிலைத்து நிற்பதே, அவற்றின் வலிமைக்கு ஒரு சாட்சி ஆகும்.

பசுமக்கல் (ADOBE)

மண் கட்டுமானத்தின் மூன்றாவது முறை, உலகெங்கும் பயன்படுத்தப்படும் பசுமக்கல் முறை ஆகும். பசுமக்கற்கள் வெயிலில் உலர வைத்த மண் கற்கள் ஆகும். இதுவே மண் கட்டுமான முறைகளில் மிகவும் பிரபலமான முறையாகும். ஏனெனில் பசுமக்கற்களை எவராலும் தயாரிக்கவும், கட்டுமானம் துவங்கும் வரை அவற்றை சேமித்து வைக்கவும் முடியும்.

மரம் அல்லது உலோகத்தால் ஆன ஒரு சிறிய அச்சினைத் தயாரித்து, அதற்குள் மண்ணை நிரப்ப வேண்டும். அச்சினை நீக்கிய பின்பு இவற்றை வெயிலில் உலர வைக்க வேண்டும். சுட்ட செங்கற்களைப் பயன்படுத்தும் அதே முறையில், பசுமக்கற்களையும் பயன்படுத்தலாம். பசுமக்கற்களை எந்த அளவிலும் செய்யலாம். அவை ஒரு சாதாரண சுட்ட செங்கலின் அளவிலும் (9" x 4.5" x 3") இருக்கலாம். அல்லது, அகலமான சுவராக கட்ட விரும்பினால் சற்று பெரிதாகவும் (12" x 6" x 4") செய்யலாம். எனினும், சிறிய கற்களில் விரிசல்கள் குறைவாகவே ஏற்படும். பசுமக்கற்களைக் குறைந்தபட்சம் ஒரு மாதத்திற்கு காயவைத்து பயன்படுத்தினால், அவை வலுவானதாக இருக்கும். முறையாகக் கட்டினால், இரண்டு அல்லது மூன்று மாடி வீடுகளைக் கூட பசுமக்கற்களைக் கொண்டு கட்ட முடியும். இந்த சுவர்களை நல்ல பிணைப்புடன் கட்டுவதும், ஈரப்பதத்திலிருந்து பாதுகாப்பதும் அவசியம். இந்த முறை புதியதோ, ஆபத்தானதோ அல்ல என்பதை காலப்போக்கில் இவற்றால் ஆன கட்டடங்கள் நிரூபித்துள்ளன. மேலும், பெரிதளவில் எரிப்பொருளையும் ஆற்றலையும் பயன்படுத்தாமல், லட்சக்கணக்கான வீடற்றோருக்கு சிறிய வீடுகள் கட்டுவதற்கு இந்த முறை சிறந்ததாக இருக்கும்.

பசுமக்கற்களுக்கான அச்சுகள்

பசுமக்கற்கள் பெரியதாக இருந்தால் கையாள்வது கடினம்.

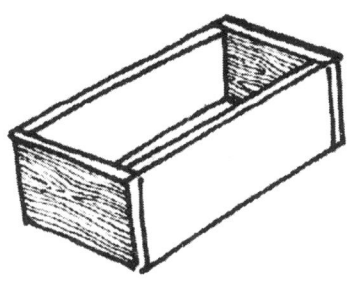

சாதாரண சுட்ட செங்கலின் அளவில் இருந்தால், கொத்தனார்களுக்கு தனியாக பயிற்சி எதுவும் தேவைப்படாது.

அச்சின் உள் பக்கம் சற்று சரிவாக இருந்தால், அதைக் கல்லில் இருந்து நீக்குவது எளிதாக இருக்கும்.

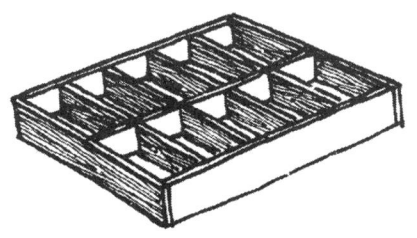

ஒரே நேரத்தில் பல கற்கள் செய்யக்கூடிய வகையில் நீங்கள் அச்சுகளை உருவாக்கலாம்.

அழுத்திய மண்கல்
(COMPRESSED EARTH BLOCK)

நான்காவது முறை பசுமக்கல் முறையைப் போன்றதே. ஆனால், இந்த கல் ஒரு இயந்திரத்தால் அழுத்தப்பட்டு உருவாக்கப்படுகிறது. இயந்திரத்தின் தற்போதைய (1987-இல்) விலை ரூ.4,000/- முதல் ரூ.5,000/- வரை இருக்கும். இந்த இயந்திரத்தால் அழுத்தி உருவாக்கப்படும் மண்கற்கள் மிகவும் வலுவானவை. சிறிய அளவிலான நிலைப்படுத்தியைப் பயன்படுத்தினாலே, இவ்வகை கற்கள் சுட்ட செங்கற்களுக்கு நிகராக வலுவாகிறது.

பசுமக்கற்களைப் போலவே அழுத்திய மண் கற்களை மெதுவாக உலர வைத்து ஈரப்பதத்திலிருந்து பாதுகாக்க வேண்டும்.

இந்த கற்கள் மென்மையாக இருப்பதால் பலர் இவற்றை விரும்புகிறார்கள். ஆனால், நல்ல அழுத்திய மண்கற்களைத் தயாரிக்க கடினமான உழைப்பு தேவைப்படுகிறது. இந்த இயந்திரங்களைத் தயாரிப்பவர்கள் மீது நான் மிகுந்த மரியாதை கொண்டுள்ளேன். எனினும், ஒரே நாளில் 1,000 முதல் 5,000 கற்கள் வரை ஒரு சாதாரண மனிதரால் செய்ய முடியும் என்று அவர்கள் கூறுவதை என்னால் ஏற்றுக்கொள்ள முடியவில்லை. அப்படியே செய்தாலும், அடுத்த நாள் அவர்கள் மருத்துவமனையில் அனுமதிக்கப்பட்டு இருப்பார்கள்.

இது ஒரு சிறிய எச்சரிக்கை மட்டுமே (என் கைகளில் உள்ள கொப்பளங்கள் இப்போது ஆறிப்போனதால் கூறுகிறேன்). இருப்பினும், அழுத்திய மண்கல் ஒரு சிறந்த சுவர் கட்டுமானப் பொருளாகும். மூன்று மாடி வீடுகளை கூட இவற்றை வைத்து கட்ட முடியும்.

பின்னல்தட்டி சாந்து (WATTLE AND DAUB)

ஐந்தாவது முறையில், மூங்கில் அல்லது மரத்தால் ஆன தூண்கள் மற்றும் இணைச்சட்டங்களைக் (batten) கொண்டு ஒரு அடிப்படை கட்டமைப்பு உருவாக்கப்படுகிறது. இதற்கு மேல் மூங்கில் சிம்புகள் (split bamboo) அல்லது குச்சிகளை ஒன்றோடு ஒன்று பின்னி, ஓட்டைகள் பெரிதளவில் இல்லாத வண்ணம் ஒரு தட்டையான மேற்பரப்பு உருவாக்கப்படுகிறது. இறுதியாக இந்த பின்னல்தட்டியின் மேல் மண் பூசப்படுகிறது. இதுவே பின்னல்தட்டி சாந்து (wattle and daub) முறை என்று அழைக்கப்படுகிறது.

அசாம் மற்றும் மேற்கு வங்கம் போன்ற வடகிழக்கு மாநிலங்களிலும், அந்தமான் தீவுகளிலும், இது ஒரு பொதுவான கட்டுமான முறை ஆகும். ஏனென்றால் இப்பகுதிகளில் பிரம்பு மற்றும் மூங்கில் அதிகமாக வளர்கிறது.

பின்னல்தட்டி சாந்து சுவர்கள் சுமைத் தாங்கும் திறனற்றவை. எனவே கூரையின் எடையைத் தாங்க, கற்காரைத் தூண்கள் மற்றும் உத்தரங்கள் (concrete columns & beams) கொண்ட சட்டகக் கட்டமைப்பின் (framed structure) பகுதிகளாகவே இந்த பின்னல்தட்டி சாந்து சுவர்களைக் கட்ட வேண்டி இருக்கும். எவ்வளவு பாதுகாப்பு கொடுக்கப்பட்டு இருந்தாலும், பலத்த மழையிலும், சூறாவளி காற்றிலும் மண் சுவர்கள் கரைந்து போகத்தான் செய்யும். ஆனால், பின்னல்தட்டி சாந்து சுவர்களைப் பொறுத்தவரை, மண் கரைந்துப் போனாலும், அதன் பின்னல்தட்டி பகுதி அப்படியே இருக்கும். இதனால் மண் சாந்தை மட்டும் திரும்பப் பூசினால் போதுமானதாக இருக்கும்.

நிலநடுக்கம் வரும்போதும், இதே வகையான சரிசெய்யக்கூடிய சேதம் மட்டுமே ஏற்படுகிறது. மரம் அல்லது மூங்கிலால் ஆன தூண்கள், இணைச் சட்டங்கள் மற்றும் பின்னல்தட்டிகள் கூட அடித்துத் தள்ளப்படலாம். ஆனால் இவை முழுவதுமாக விழுந்து விடாது. சற்று முன் பின்னாகத் தள்ளப்பட்டு சரியான வடிவத்திற்கு மீண்டும் மாற்றி அமைக்கக்கூடிய வகையிலேயே சேதாரம் இருக்கும்.

மண்ணை ஏதேனும் ஒரு வகையில் பிணைப்பானாக பயன்ப்படுத்தும், வேறு சில உள்ளூர் முறைகளும் உள்ளன. உதாரணமாக, நாட்டின் பல பகுதிகளில் சிறிய வகைக் கரடுமுரடான கற்கள் காணப்படுகின்றன. ஆனால், அத்தகைய சிறிய கற்களைக் கொண்டு, தேவையான அளவிலும், உயரத்திலும் சுவர்கள் கட்டுவது மிகவும் கடினம். எனவே, இந்த கற்கள் பெரும்பாலும் வைக்களி, திமித்த மண் அல்லது பசுமக்கல் போன்ற நுட்பங்களைக் கொண்டு உருவாக்கப்படும் மண் சுவர்களில் நிரப்பான்களாகப் பயன்படுத்தப் படுகின்றன.

பல மலைப் பகுதிகளில் சுவரின் வெளிப்புற அடிப்பீடம் (plinth) கருங்கற்களைக் கொண்டே உருவாக்கப் படுகிறது. இது கீழே விழுந்து தெறிக்கும் மழைநீரிலிருந்து சுவரைப் பாதுகாக்கிறது.

ஒற்றை மற்றும் இரட்டை மாடி கட்டடங்களில் உள்ள செங்கல் சுவர்களுக்கும் கருங்கல் சுவர்களுக்கும் மண்ணை ஒரு சிறந்த சாந்தாகப் (mortar) பயன்படுத்தலாம். மழை நீரிலிருந்து சுவரைப் பாதுகாக்க, சுண்ணாம்பு அல்லது சிமிட்டிக் கொண்ட சாந்துகள் பொதுவாகப் பயன்படுத்தப் படுகின்றன. ஆனால், கூரையை நீட்டித்து சவர்களுக்கு ஒழுங்காகப் பாதுகாப்பு கொடுத்தால், மண்ணையே சாந்தாகவும் பூச்சாகவும் பயன்படுத்தலாம்.

கருங்கற்களைக் கொண்டு அமைக்கப்பட்ட மண் சுவரின் அடிப்பீடம்.

செங்கல் சுவர்களுக்கு மண், சாந்தாகப் பயன்படுத்தப் படுகிறது.

உங்களது மண் வீட்டை சரியான இடத்தில் கட்டுவது மிகவும் முக்கியம். பல சந்தர்ப்பங்களில், மனை இடத்தின் அளவு, சாலைக்கான அணுகுமுறை மற்றும் சுற்றியுள்ள வீடுகள் கட்டுமானத்திற்கான இடத்தைத் தீர்மானிப்பதால், வீட்டின் இடத்தை நாமே நிர்ணயிக்க நமக்கு ஒரு வாய்ப்பில்லாமல் போய்விடுகிறது. இடத்தைத் தேர்வு செய்யக்கூடிய வாய்ப்பு நமக்கு இருந்தால், முதலில் நினைவில் கொள்ள வேண்டியது, நிலத்தின் மிக மேடான பகுதியே மண் வீட்டிற்கு சிறந்த இடமாக இருக்கும் என்பது தான். உங்கள் மனை இடம் சரிவாக இருந்தால், வீட்டிற்கு மேற்பகுதியில் ஒரு அகழி இருக்கும்படி வடிவமைத்துக் கொள்ளுங்கள். இதனால் மழை நீர் திசை மாறி வீட்டை நெருங்காமல் வெளியேறிவிடும். ஒரு தாழ்வான பகுதி அல்லது ஓர் பள்ளத்தில் வீட்டை கட்டுவதைத் தவிர்க்கவும்.

உங்கள் பகுதியில் ஒரு திசையில் இருந்து மட்டுமே மழை பெய்யும் என்றால், சதுரமாக வீட்டைக் கட்டுவதை விட, நீண்ட செவ்வக (rectangle) வடிவத்தில் வீட்டைக் கட்ட முயற்சிக்கவும். மேலும், இந்த செவ்வக வீட்டின் குறுகிய பக்கங்களில் ஒன்று, மழையின் திசையை எதிர்கொள்ளும்படி அமைக்கப்பட வேண்டும்.

உங்கள் இடத்தில் அடிக்கடி பலத்த மழை பெய்யும் என்றால், உங்கள் கட்டடத்தின் வெளிபுற பக்கத்தை பூசியோ அல்லது ஒரு திண்ணையை அமைத்தோ பாதுகாப்பது நல்லது. அப்படி இல்லையென்றால் மண்ணைத் தவிர்த்து, செங்கல், செம்புரை வெட்டுக்கல் (laterite block), கருங்கல் போன்றவற்றை வைத்துக் கட்டுவது நல்லது. நாம் ஏற்கனவே சுட்டிக் காட்டியுள்ளபடி, மண் மீது தீரா ஆர்வம் கொண்டு, கட்டடத்தின் ஒவ்வொருப் பகுதியையும் மண்ணைக் கொண்டு மட்டுமே செய்ய முயற்சிப்பதில் எந்த நன்மையும் ஏற்படாது.

மண் வீட்டிற்கான சரியான இடம்

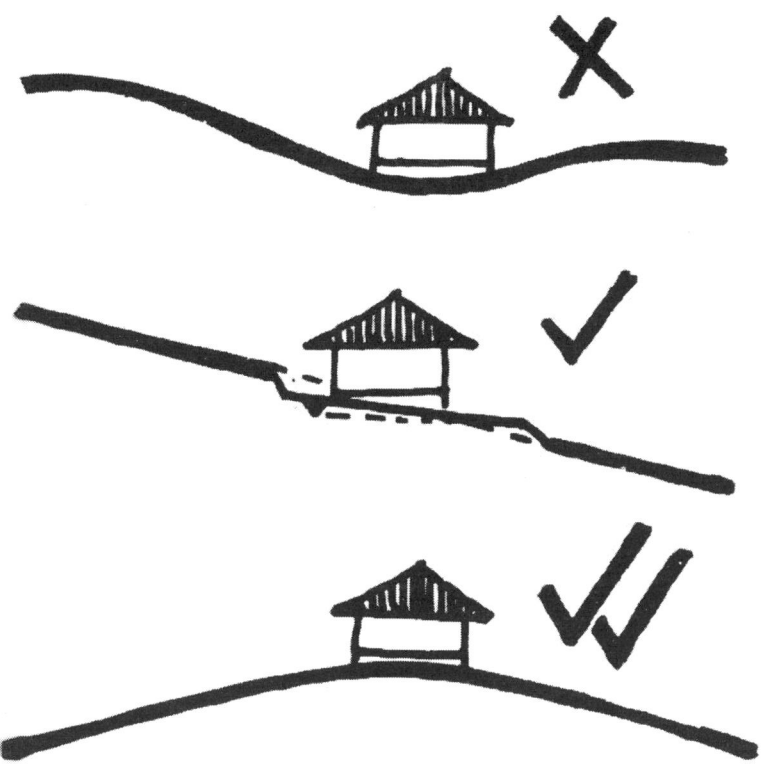

மண் கற்களை உலர வைத்தல்

அனைத்து வகையான மண் வேலைகளும், கடுமையான வெயிலில் அல்லாமல், மெதுவாக நிழலில் உலரும் வகையில் நடைபெற்றால், விரிசல் ஏற்படுவதற்கான வாய்ப்புகள் குறைவாகவே இருக்கும்.

மண் கற்கள் செய்யப்பட்டப்பின், அவற்றை ஒன்றன் மேல் ஒன்றாக அடுக்கி வைக்க வேண்டும். இதனால் கற்களைச் சுற்றி காற்றோட்டம் நன்றாக இருக்கும். மேலும், இடர்பாடு ஏதும் இல்லாமலும், சேதமடையாமலும் இருக்கும் வகையில் அவற்றை கட்டடம் கட்டப்படும் இடத்திற்கு அருகில் அடுக்கி வைக்க வேண்டும்.

முதலில் அவற்றை ஈரமான சாக்குகள், இலைகள் அல்லது வைக்கோல் கொண்டு மூடி வைக்க வேண்டும். ஒன்று அல்லது இரண்டு வாரங்களுக்குப் பிறகு இந்த ஈரமான உறைகளை அகற்றி, மரத்தின் நிழலில் அல்லது கூரைக்கு அடியில் இவற்றை உலர வைக்க வேண்டும். மேலும் இரண்டு அல்லது மூன்று வாரங்களுக்கு அவை இவ்விதமாய் அங்கேயே இருக்க வேண்டும். மொத்தம் ஐந்து அல்லது ஆறு வாரங்களுக்குப் பிறகு, கூரைக்கு அடியில் இருந்து விலக்கி, வெயிலில் காய வைத்து, முழுமையாக உலர்த்தி முடிக்க வேண்டும்.

மண் வேலை செய்யும் சில தொழிலாளர்கள், தங்கள் சுவர்களைக் கட்டுவதற்கு ஒரு வாரத்திற்கு மேல் காத்திருக்க மாட்டார்கள். இப்படி செய்வதில் பெரியளவில் எந்தத் தீங்கும் இல்லை. ஆனால் மண் கற்கள் ஈரமாகவே இருந்தால், கையாளும்போதோ, சுமக்கும்போதோ, அவை உடைந்து போக வாய்ப்புள்ளது.

வைக்கோல், இலைகள் அல்லது ஈரமான சாக்குகளின் கீழ் மண் கற்களை ஒன்று அல்லது இரண்டு வாரங்களுக்கு அடுக்கி வைக்கவும். பின்னர் இரண்டு வாரங்கள் நிழலின் கீழ் அடுக்கி வைத்து உலர்த்தி வைக்கவும்.

சாந்துகள் (MORTARS)

மண் கற்களுக்குப் பயன்படுத்திய அதே மண்ணைப் பயன்படுத்துங்கள்.

அதிகப்படியான களிமண் கலந்துள்ள மண்ணைத் தவிர்க்கவும். இது விரிவடையவும், சுருங்கவும் செய்வதால், கட்டடம் கட்டி முடித்தப் பின் விரிசல்கள் ஏற்படக் கூடும்.

உலர்ந்த மண்ணை, சல்லடைக் கொண்டு சலிக்கவும். இதனால் சரளை மற்றும் கூழாங்கற்கள் நீக்கப்பட்டு, சாந்திற்கான மென்மையான மண் கிடைக்கும்.

மண் கற்கள் தயாரிப்பதில், சுண்ணாம்பு அல்லது சிமிட்டி போன்ற நிலைப்படுத்திகள் பயன்படுத்தப் பட்டிருந்தால், அவற்றை சாந்திற்கும் பயன்படுத்த வேண்டும். சொல்லப் போனால், மண் கற்களுக்குப் பயன்படுத்தியதை விட, சாந்துக்கு இரு மடங்கு நிலைப்படுத்தியைப் பயன்படுத்த வேண்டும். எடுத்துக்காட்டாக, மண் கற்களுக்கு 5% சிமிட்டியைப் பயன்படுத்தியிருந்தால், சாந்துக்கு 10% சிமிட்டியைப் பயன்படுத்துங்கள் (அதாவது 1:10 கலவை விகிதம்).

சரளையை அகற்றுவதற்கு, மண்ணை எப்போதும் சல்லடையைக் கொண்டு சலியுங்கள்.

பூச்சு (Plaster)

பசுமக்கல், திமித்த மண் மற்றும் வைக்களி சுவர்களின் மேற்பரப்புகள், பெரும்பாலும் கரடுமுரடாகவே இருக்கும். இதனால் அவற்றிற்குப் பூச்சு தேவைப்படுகிறது. ஒரு சுவரில் மண் கற்களுக்கு இடையே உள்ள சாந்து இடைவெளிகள், பூச்சினைப் பிடித்து வைக்க வேண்டி சற்று சொர சொரப்பாகவே இருக்க வேண்டும். இந்த சாந்து வெறும் மண்ணாகவும் அல்லது மாட்டு சாணம், சுண்ணாம்பு மற்றும் சிமிட்டி போன்றவற்றைக் கொண்டு நிலைப்படுத்திய மண்ணாகவும் இருக்கலாம்.

அழுத்தப்பட்ட மண் கற்கள் (compressed earth block) பொதுவாக மிகவும் மென்மையானவை என்பதால், அவற்றைப் பூசுவது கடினம். ஆனால் இவற்றின் மேல் இரண்டு அல்லது மூன்று முறை வெள்ளை அடிக்கலாம். அல்லது, சலித்த மண்ணுடன் சுண்ணாம்பு அல்லது சிமிட்டிக் கலந்த பால் போன்ற மண் கலவையை பூசலாம். தேவைப்பட்டால் இதில் வண்ணப் பொருட்களைச் சேர்க்கலாம்.

மண் சுவர்களின் அடிப்பகுதியில் மழைநீர் விழுவதால் அரிப்பு ஏற்படுவதற்கு வாய்ப்பு உள்ளது. பூச்சில் அரிப்பு எற்படுவதைத் தவிர்க்க வேண்டும் என்றால், கோழி வலையை (chicken mesh) சுவற்றின் அடிப்பகுதியோடு சேர்த்து அடித்துப் பூச வேண்டும். இந்த வலை, பூச்சை நன்றாகப் பிடித்துக் கொள்ளும். இதனால் பூச்சில் விரிசல் ஏற்படுவதையும், அது உறிந்து வருவதையும் தவிர்க்கலாம். கட்டடம் முழுவதும் அல்லாமல் மழையை எதிர்கொள்ளும் சுவர்களில் மட்டுமே இது தேவைப்படும்.

அழுத்தப்பட்ட மண் கற்களால் ஆன சுவர்களின் அடிப்பகுதியில் பூச்சுத் தேவை என்றாலும், கோழி வலையைப் பயன்படுத்திப் பூசலாம்.

கரையான்கள்

மண் என்பது கரையான்களின் இயற்கையான வீடாகும். எனவே அவை பொதுவாகத் தென்படும் இடங்களில், சுவர்களுக்கு உள்ளே செல்வதையும், மரச்சட்டங்களைச் சாப்பிடுவதையும் தடுக்க, அனைத்து கட்டடங்களிலும் முன்னெச்சரிக்கை நடவடிக்கைகள் எடுக்கப்பட வேண்டும்.

1. அடிப்பீடம் (plinth) முழுவதும் ஒரு அங்குல தடிமனான சாந்தை (1 பகுதி சிமிட்டிக்கு 3 பகுதி மணல்) பரப்பியப் பின்னரே மண் சுவரை அதன் மேல் கட்ட வேண்டும். கரையான்கள் மற்றும் ஈரப்பதம் இரண்டையும் தடுக்க இது உதவியாக இருக்கும்.

2. மேலே குறிப்பிட்டுள்ளது போலவே, சாந்துக்கு பதிலாக ஒரு மெல்லிய உலோகத் தகடை (thin metal sheet) அடிப்பீடத்திற்கு மேல் வைத்து மண் சுவரைக் கட்டலாம். இந்த உலோகத் தகடை வெளிப்புறத்தில் 3 அங்குலங்கள் நீட்டி உள்ளபடி வைத்தால், சுவர்களுக்கு கூடுதல் பாதுகாப்புக் கிடைக்கும்.

3. கட்டட வெளிப்புறத்தின் அடிப்பகுதி முழுவதிலும், படத்தில் உள்ளபடி ஒரு சரிவான காப்புறையை செங்கல், கருங்கல் அல்லது திமித்த மண் கொண்டு அமைத்து, அதனை சிமிட்டி அதிகம் உள்ள சாந்தைக் கொண்டு பூசலாம். இது மழை நீர் விழுந்து சுவர்கள் சேதமடைவதைத் தடுப்பது மட்டுமல்லாமல் கரையான்கள் வருவதையும் தடுக்கும்.

4. கரையான்களைக் கட்டுப்படுத்த சந்தையில் கிடைக்கும் பல்வேறு இரசாயனங்களையும் பயன்படுத்தலாம்.

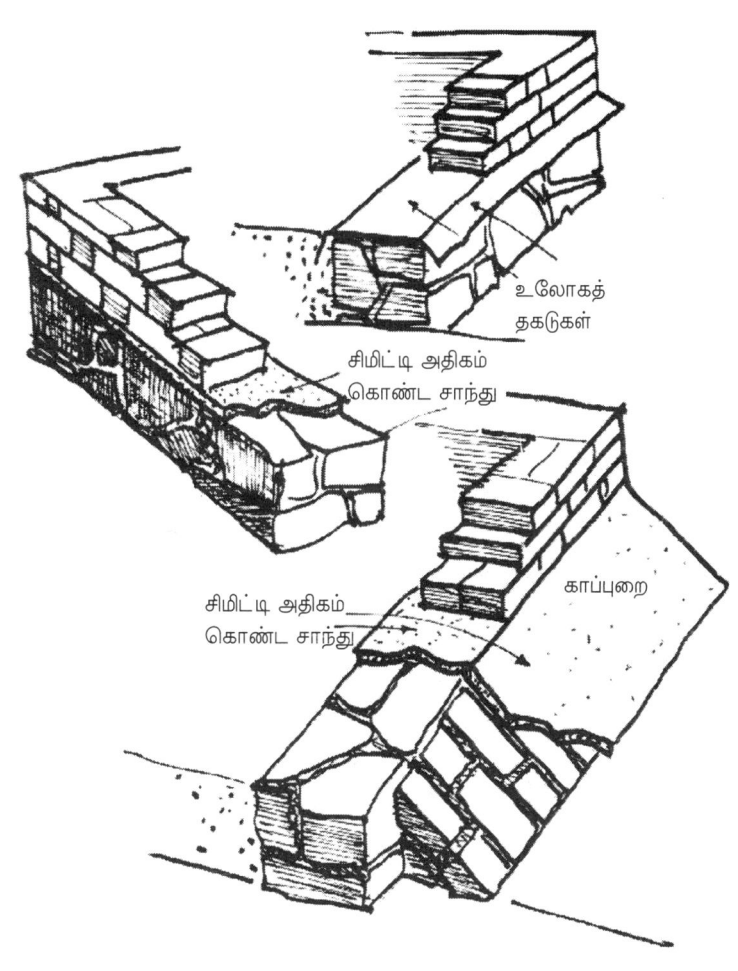

உலோகத் தகடுகள்
சிமிட்டி அதிகம் கொண்ட சாந்து
சிமிட்டி அதிகம் கொண்ட சாந்து
காப்புறை

கரையான்கள் சுவற்றிற்குள் ஏறுவதைத் தடுக்க வேண்டும்.

கடைக்கால் (FOUNDATION)

மண்ணைக் கொண்டு ஒரு வீட்டின் சுவர்களை கட்டுவது பெரும்பாலும் சாத்தியமே. எனினும், கடைக்கால் மற்றும் அடிப்பீடத்திற்கு இன்னும் சில திடமான பொருட்கள் தேவைப்படுகின்றன. கருங்கற்கள் உள்ளூரில் கிடைத்தால் அவற்றைப் பயன்படுத்துவதே சிறந்தது.

பொதுவாக, கட்டடத் தொழிலாளர்கள் அகலமான அகழியை (trench) வெட்டி, அதில் 4" முதல் 6" தடிமன் வரையிலான ஒரு கற்காரைப் படுகையை அமைத்து, அதற்கு மேல் கடைக்காலையும் அடிப்பீடத்தையும் கட்டுவார்கள். இதற்குப் பின் குழியின் நிரப்பப்படாதப் பகுதிகளை மண்ணைக் கொண்டு நிரப்புவர். சாதாரண ஒரு வீட்டினைக் கட்டுவதற்கு இது வீணான, செலவு பிடிக்கும் செயலாகும். 18" (45செ.மீ.) தடிமனான உடைப்புக்கல் (random rubble) கடைக்கால் மற்றும் அடிப்பீடம் மட்டுமே மேலே உள்ள மொத்த வீட்டின் எடையையும் சுமக்கப் போதுமானதாக இருக்கும்.

கடைக்காலின் அகலத்துக்கு மட்டும் தான் அகழி தோண்டப்பட வேண்டும். இதனால் கடைக்காலின் வேலை முடிந்த பின்பு, அதைச் சுற்றி அகழியின் மீதமுள்ள பகுதிகளில் மண்ணை நிரப்பும் தேவை இருக்காது.

ஒருவேளை கடைக்காலின் அகலத்தை விட அகழியை அகலமாகத் தோண்டி, மீதமுள்ள பகுதியை மண்ணைக் கொண்டு நிரப்பினால், அந்த மண் கெட்டியாக இல்லாமல், மென்மையாகவே இருக்கும். இதனால் அந்த பகுதிகளில் மட்டும் மழைநீர் கசிந்து மண்ணுக்குள் சென்று, கடைக்காலின் அடியில் தேங்கக்கூடும். அவ்வாறு தேங்கும் நீர் கடைக்கால் மூலம் சுவர்களுக்கு நுண்புழைமையால் (capillary effect) ஏறினால், காலப்போக்கில் மண் சுவர்களுக்கு பாதிப்பு ஏற்படும்.

தேவைக்கு அதிகமாக தோண்டப்பட்ட அகழியில், ஒரு சராசரியான படி வைத்து அமைக்கப்பட்ட கடைக்காலும் அடிப்பீடமும் இது.

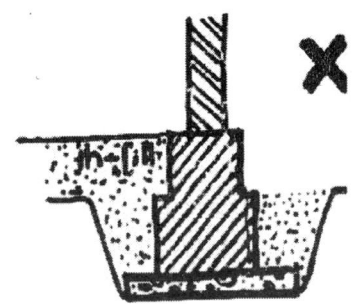

அளவாகத் தோண்டப்பட்ட அகழியில், 45செ.மீ. அகலமுள்ள ஒரு உடைப்புக்கல் கடைக்காலும் அடிப்பீடமும் போதுமானது.

நிரப்பப்பட்ட மென்மையான மண், மழைநீரை உறிஞ்சி சுவர்களுக்கு அனுப்பி அவற்றை ஈரமாக்கும்.

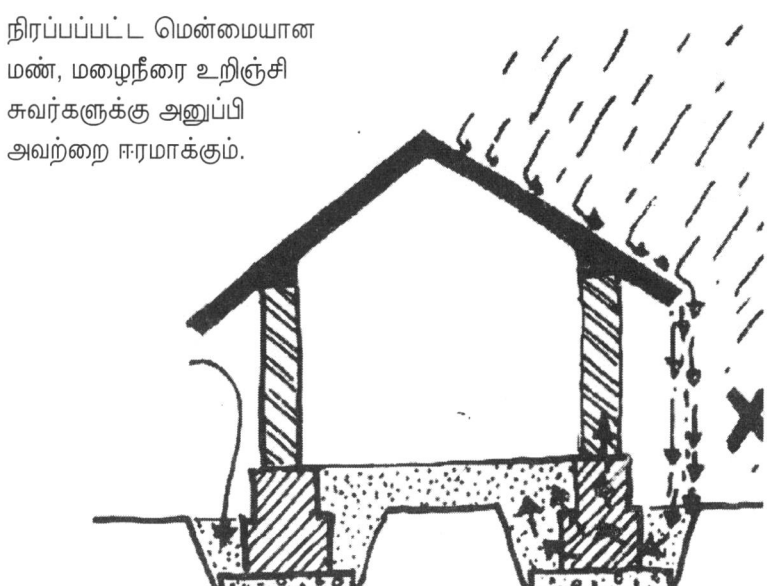

சில சூழ்நிலைகளில் மண் கடைக்காலே போதுமானதாக இருக்கும். மேல் மண் மென்மையாகவும், பயனற்றதாகவும் இருக்கலாம். ஆனால், அதற்கு கீழ் உள்ள மண் ஒரு மாடி கொண்ட மண் வீட்டின் எடையைச் சுமக்கக் கூடியதாக இருக்கலாம்.

இந்த சூழ்நிலையை கையாள்வதற்கான ஒரு வழி இதோ. ஒரு சாதாரண கடைக்காலுக்குச் செய்வதைப் போல, இதற்கும் ஒரு அகழியைத் தோண்டி, மண்ணை அருகில் அகற்றி வைக்க வேண்டும். இந்த அகற்றி வைத்த மண்ணை மிகவும் குறைந்தளவில் ஈரப்படுத்த வேண்டும். ஈரப்படுத்திய இந்த மண்ணை கொஞ்சம் எடுத்து, மீண்டும் அகழிக்குள் 6 முதல் 9 அங்குல ஆழம் வரை நிரப்ப வேண்டும். இந்த நிரப்பிய மண்ணை மிகவும் கடினமாகும் வரை அழுத்தி திமித்த வேண்டும். பின்னர் அகழி நிரம்பும் வரை, ஒவ்வொரு 6 முதல் 9 அங்குலங்களுக்கும் இந்த செயலை மீண்டும் மீண்டும் செய்து முடிக்க வேண்டும்.

உங்கள் பகுதியில் கட்டுமானத்துக்குப் பயன்படுத்தக் கூடிய நல்ல மூங்கில் இருந்தால், படத்தில் காட்டியுள்ளபடி மூங்கில் சிம்புகளைக் (split bamboo) கொண்டு, பின்னல்தட்டிகள் செய்யலாம். முந்தைய பத்தியில் குறிப்பிட்ட அதே செயல்முறையைப் பின்பற்றி, கூடுதலாக ஒவ்வொரு 6 முதல் 9 அங்குலங்களுக்கும் இந்த மூங்கில் தட்டிகளை சேர்த்தும், இடையில் வைத்தும் கடைக்கால் அமைக்கலாம்.

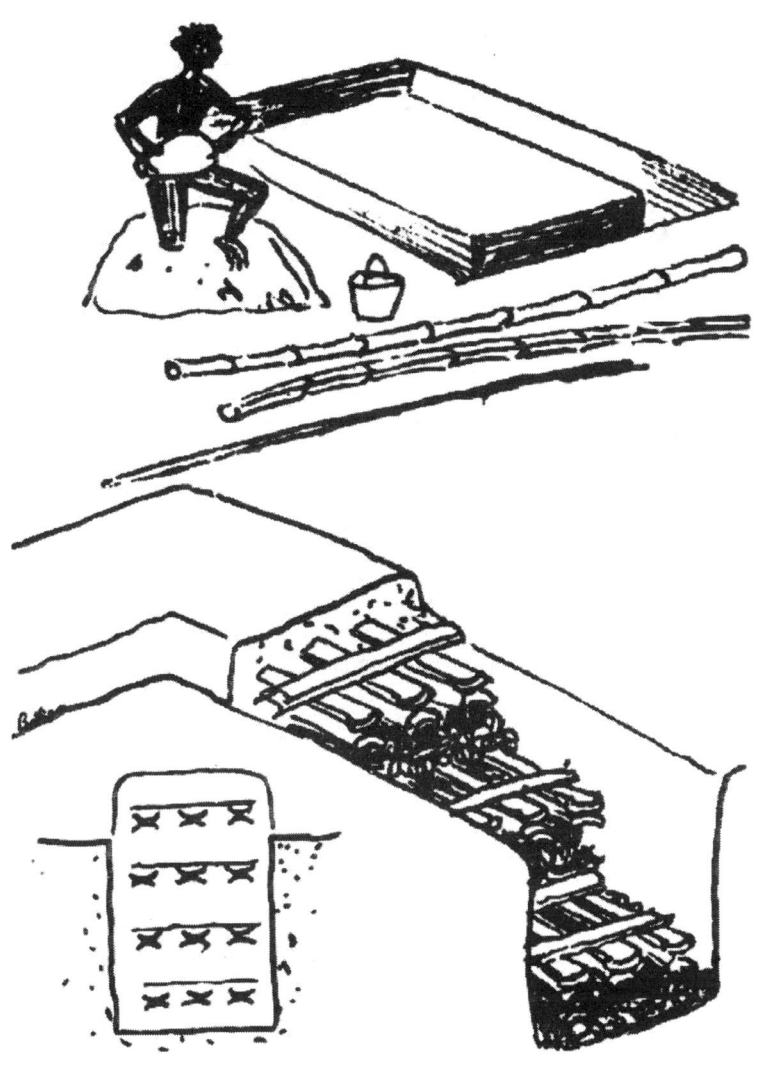

நீர், மண் சுவரின் மிகப்பெரிய எதிரி என்று கூறியவாறே இந்த புத்தகத்தைத் தொடங்கினோம். மண் சுவரை உலர வைப்பதில் உள்ள சிக்கலைச் சமாளிக்க, நீங்கள் தகுதிவாய்ந்த கட்டடக் கலைஞராகவோ அல்லது பொறியாளராகவோ இருக்க வேண்டும் என்பதில்லை. பொது அறிவு கொஞ்சம் இருந்தாலே போதும்.

தற்போது 'நவீனம்' என்ற பெயரில் பெட்டிகள் போல வடிவமைக்கப்படும் கட்டுமானங்கள் மண் சுவர்களுக்கு ஏற்றதல்ல.

மழை அல்லது வெயிலிலிருந்து எந்தவொரு சுவரையும், பாதுகாப்பதற்கான சிறந்த வழி, கூரையைப் பெரிதாக வெளியில் நீட்டி அமைப்பதாகும். தட்டைக் கூரையைக் காட்டிலும் மஞ்சிக் கூரை (pitched roof) சிறந்தது. ஏனென்றால், இதற்கான சுவர்கள் உயரம் குறைந்ததாக இருக்கலாம்.

மழையிலிருந்து பாதுகாக்கப்பட வேண்டும்

கூரை நீட்டப்பட வேண்டும்.

என்னதான் கூரை நீட்டப்பட்டு இருந்தாலும், கூரையில் இருந்து வழியும் நீர், தரையில் பட்டு மீண்டும் சுவர் மீது தெறிக்கும் சிக்கல் உள்ளது. மண் சுவரின் அடிப்பகுதி ஈரமானால் அது கரைந்துப் போக வாய்ப்புள்ளது.

படத்தில் உள்ளதைப் போன்ற ஊரக வீடுகளை நாடு முழுவதும் காணலாம். சுவர் மீது மழை நீர் தெறிப்பதனால் வரும் சிக்கல்களைத் தடுக்க, நீங்கள் அவசியம் நடவடிக்கைகள் எடுக்க வேண்டும்.

மழை நீர் வழிவதில் இருந்தும்,
தெறிப்பதில் இருந்தும் நீங்கள் சுவர்களைப்
பாதுகாக்காவிட்டால், உங்கள் சுவர்களின்
அடிப்பகுதி படத்தில் உள்ளது போல அரித்துப்
போய் விடும்.

மழைநீர் தெறிக்கும் பிரச்சனையைக் கையாள்வதற்கான இன்னொரு எளிதான வழியும் உள்ளது. மழை எங்கு விழுகிறது என்பதை கவனித்து, பின்னர் அந்த இடத்தில் படத்தில் காட்டியது போல, ஒரு அகழியைத் தோண்ட வேண்டும். இதனால் மழைநீர் சுவரின் மீது தெறிக்காமல், அகழிக்குள் விழுந்து அப்படியே வழிந்து ஓடி விடும். இது கடைக்கால் ஈரமாவதையும் தடுக்கும்.

தெறிக்கும் மழையிலிருந்து பாதுகாப்பு.

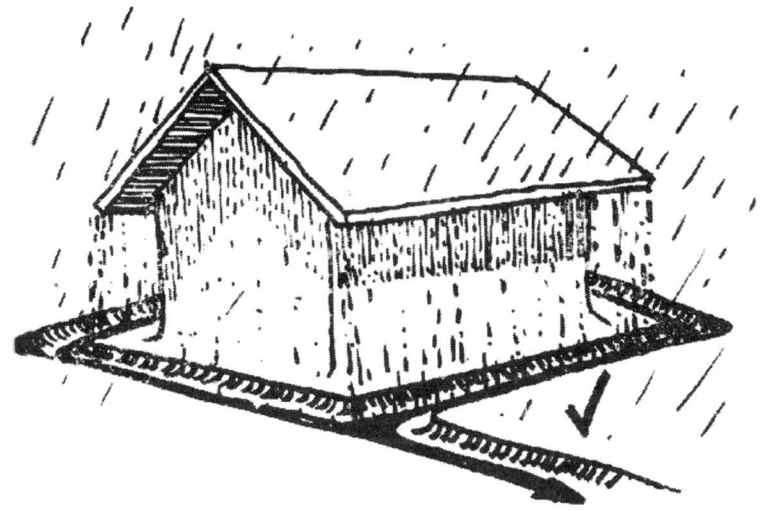

நீரை சேகரித்து வெளியேற்ற வீட்டைச் சுற்றி அகழிகளை தோண்டவும்.

கட்டட வெளிப்புறத்தின் அடிப்பகுதி முழுவதிலும், படத்தில் உள்ளபடி ஒரு சரிவான காப்புறையை செங்கல், கருங்கல் அல்லது திமித்த மண்ணைக் கொண்டு அமைக்கலாம். இதனை சிமிட்டி அதிகம் உள்ள சாந்தைக் கொண்டு பூசலாம். இதனால் மழை நீர் சுவரில் தெறிக்காமல், காப்புறை மீது தெறித்து வழிந்து ஓடி விடும். இந்த காப்புறையை பலவித கட்டுமானப் பொருட்களைக் கொண்டு செய்ய முடியும் என்றாலும், திமித்த மண் அல்லது மண் கற்களைக் கொண்டு செய்தால் செலவு குறைவாக இருக்கும்.

தெறிக்கும் மழையிலிருந்து பாதுகாப்பு

சுவரின் அடியில் ஒரு சாய்வான காப்புறையை அமைக்வும்.

நீர் கசியும் கூரைகள், மண் சுவர்களுக்கு மிகவும் கேடு விளைவிப்பவை. கூரையில் கசியும் நீர், மண் சுவர்களுக்குள் இறங்கி, அவற்றை பலவீனப்படுத்தும் வாய்ப்பு உண்டு. சுவரின் மேற்புறத்தில் நீர் திட்டு திட்டாக காணப்பட்டால், ஓட்டுக் கூரையில் ஓடுகள் நகர்ந்தோ அல்லது விரிசல் அடைந்தோ உள்ளதா என்றும், வேய்வுக் கூரையில் (thatch roof) பறவைகள் அல்லது பூச்சிகள் கூரையை சேதப்படுத்தி உள்ளதா என்பதையும் உடனடியாகக் கண்டறிய வேண்டும். கூரையில் இருந்து எவ்வளவு சிறிதாக நீர் கசிந்தாலும், அதனை விரைவாக நிறுத்த வேண்டும்.

புகைப்போக்கிகள் (chimney) மூலம் கூட மழைநீர் உள்ளே வந்து, அருகிலுள்ள மண் சுவர்களை பலவீனப்படுத்தலாம். மழை நீர் உள்ளே வராமல் புகை வெளியேறும் வண்ணம், புகைபோக்கிகளுக்கும் கூரையிட வேண்டும். மேலும் படத்தில் காட்டியவாறு, கூரையில் இருந்து தெறிக்கும் மழைநீரிலிருந்து புகைப்போக்கியின் அடிமட்டத்தை சேதமடையாமல் பாதுகாக்க வேண்டும்.

கைபிடிச் சுவர்களில் இருந்து கீழ்த் தளத்தில் உள்ள சுவர்களுக்கு, நீர்புகாமல் தடுக்க வேண்டும். இல்லையெனில் கீழ்த் தளத்தில் உள்ள சுவர்கள் பலவீனமடையக் கூடும். இதை கைபிடிச் சுவர்களுக்கும், கீழ்த் தளத்தில் உள்ள சுவர்களுக்கும் இடையில் நீர் தடுப்பான்களை அமைத்து சரி செய்யலாம்.

சில இடங்களில், கட்டடத்திற்கு வெளியே நீட்டிக்கப்பட்டு இருக்கும் மழை நீர் வடிகால் குழாய்கள் மிகவும் குறுகியதாக இருக்கும். அவற்றிலிருந்து கொட்டும் மழைநீர், காற்றினால் மீண்டும் சுவரில் வீசப்பட்டு, சுவரை ஈரமாக்கி பலவீனப்படுத்துகிறது.

கூரையிலிருந்து உள்ளே இருக்கும் சுவர்களுக்கு நீர் கசியக் கூடிய இடங்கள்

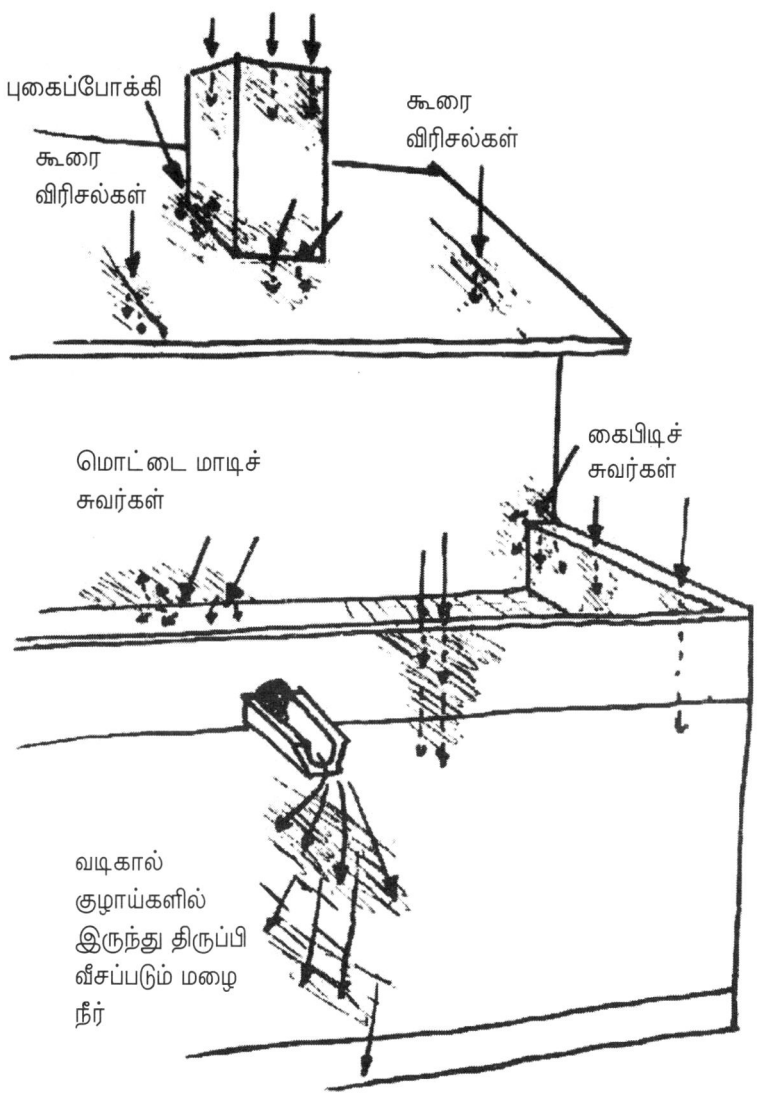

சாளரக் கீழிகளில் (window sill) கூட மழை நீர் சேர்ந்து, சுவர்களுக்கு உள்ளே ஊடுறுவ வாய்ப்புள்ளது. இதைத் தடுக்க கூரை வெளிப்புறத்தில் நன்றாக நீட்டப்பட்டிருக்க வேண்டும். மேலும், சாளரத்தை வெளிப்புறச் சுவருக்கு மட்டமாக வைத்து, சாளரக் கீழியில் இருந்து மழை நீர் வழிந்து போக, அதற்கு ஒரு சிறிய சரிவான நீட்டிப்பைக் கொடுக்க வேண்டும்.

கீழே தரையில் இருந்து கூட, ஈரம் சுவர்களுக்குள் ஊடுறுவும். இதைத் தடுக்க ஒரு ஈரத் தடுப்பு வரியை (damp proof course) சுவர்களுக்கும் தரைக்கும் இடையில் அமைக்க வேண்டும்.

மண் வீடுகளில் உள்ள குளியலறைகள் மற்றும் சமையலறைகளுக்கென பிரத்தியேகமாக சில பிரச்சினைகள் உள்ளன. செங்கல், சிமிட்டிக் கற்கள் அல்லது கருங்கற்களால் ஆன சுவர்கள் கூட, மெருகூட்டப்பட்ட ஓடுகளை (glazed tile) ஒட்டியோ அல்லது நீர்ப்புகா சிமிட்டி பூச்சுகளைப் பூசியோ தான் நீரில் இருந்து பாதுகாக்கப் படுகின்றன. ஒரு மண் சுவரையும் இதேபோல் பாதுகாக்க வேண்டியது அவசியம். குளியலறையின் தரையையும், ஒரு நீர்ப்புகா பொருளைக் கொண்டு அமைத்து, அதன் அகச்சுவரோரப் பட்டியையும் (skirting) அதேப் பொருளைக் கொண்டு அமைக்க வேண்டும்.

சுவர்
ஈரத் தடுப்பு வரி
அடிப்பீடம்

சுவர்
ஈரத் தடுப்பு வரி
அடிப்பீடம்

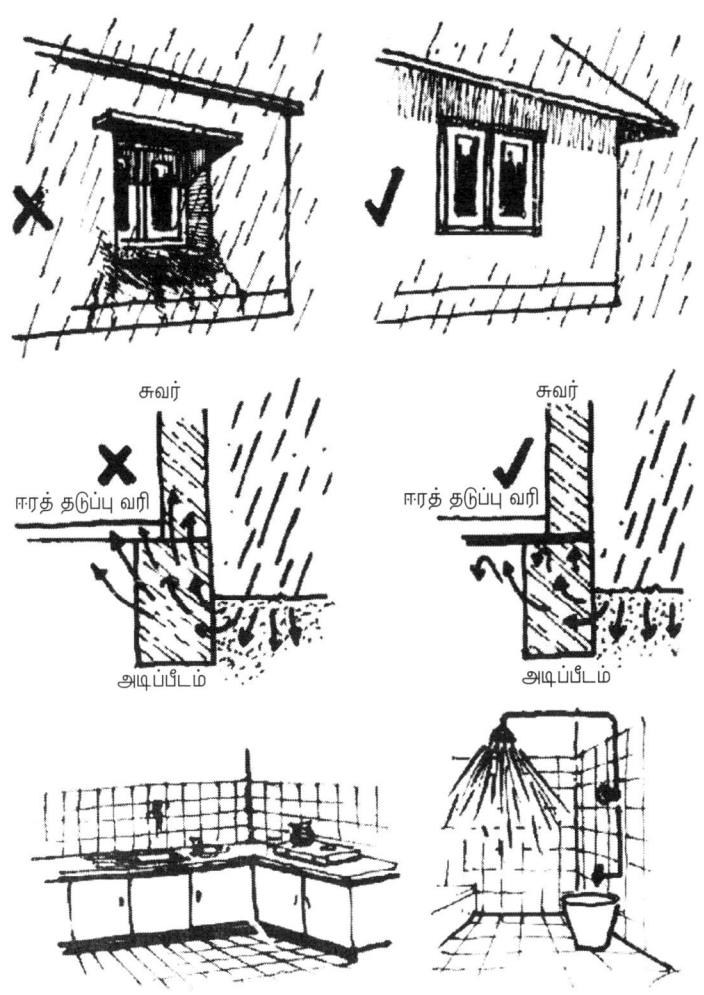

நிலநடுக்க மண்டலங்களில் (seismic zones) முக்கியமாக இரண்டு வகைகள் உள்ளன. அதில் ஒரு வகை, பல ஆண்டுகளுக்கு ஒரு முறை பேரழிவு ஏற்படுத்தும் சக்தி வாய்ந்த நிலநடுக்கம் ஏற்படும் மண்டலங்கள் ஆகும். இந்த மண்டலங்களில் ஏற்படுகிற சில சக்தி வாய்ந்த நிலநடுக்கங்களால், அனைத்து கட்டடங்களும் பாதிக்கப்படுகின்றன. இதில் பெரும்பாலான சாதாரண வீடுகள்—அவை கட்சா வீடுகளோ அல்லது பக்கா வீடுகளோ—இடிந்து தரைமட்டம் ஆகின்றன. நிலநடுக்க மண்டலங்களின் மற்றொரு வகையில், அவ்வப்போது அதிர்வு ஏற்பட்டாலும் மக்களால் பெரும்பாலும் உணர முடியாதவாறே இருக்கும். நிலநடுக்க மண்டலம் 5-இல் (seismic zone - 5) வரும், தில்லி மற்றும் அந்தமான் போன்ற பகுதிகள் இந்த வகையைச் சேர்ந்தவை. இந்த மண்டலங்களில், சிறிய கச்சா வீடுகளை விட, நன்றாக கட்டிய பக்கா வீடுகள் நிலநடுக்கங்களால் பாதிக்கப்பட்டது போல தெரியும். இதற்கு ஒரு காரணம் என்னவென்றால் செங்கல் சுவரின் பூச்சில் விரிசல் விழுந்தால் அது வெளிப்படையாகத் தெரியும். இதை சரி செய்ய கொத்தனார்களை அழைக்க வேண்டும். ஆனால் இதுவே ஒரு மண் சுவரில் விரிசல் விழுந்திருந்தால், வீட்டில் குடியிருப்பவர்களே கொஞ்சம் மாட்டு சாணத்தை மண்ணோடு சேர்த்து, அதைக் கொண்டு விரிசலை அடைத்து, அதன் தடயமே இல்லாதவாறு சரி செய்து விடுவர். பின்னல்தட்டி சாந்து (wattle & daub) முறையே, மற்ற மண் கட்டுமான முறைகளை விட நிலநடுக்க மண்டலங்களுக்கு சிறந்ததாகும்.

வெள்ளம் வரும் பகுதிகள்

வெள்ளத்திற்கு உட்படும் பகுதிகளில், மண்ணைக் கொண்டு மட்டுமே, சுவர்களைக் கட்டுவது மிகவும் விவேகமற்றதாக இருக்கும். இருபது ஆண்டுகளுக்கு ஒரு முறை வெள்ளம் வந்தாலும் கூட, அந்த இருபதாம் ஆண்டில் ஒரு பேரழிவு ஏற்படலாம்.

மேற்கு வங்காளத்தில், மண் வீடுகள் கொண்ட முழு கிராமங்களே வெள்ளத்தால் அடித்துச் செல்லப் பட்டதை பற்றி அவ்வப்போது கேள்விப்பட்டு இருப்பீர்கள். ஆனால், பின்னல்தட்டி சாந்து சுவர்களைக் கொண்ட வீடுகளில் மண் பூச்சு மட்டுமே கரைந்துப் போய் இருக்கும்.

நிலநடுக்கம்

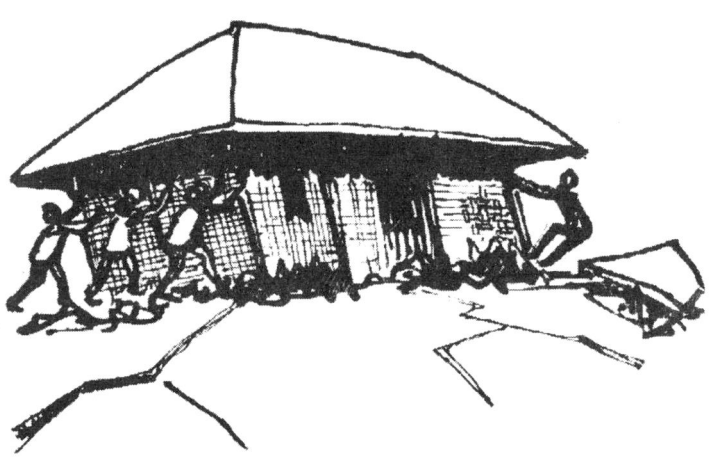

மண் கட்டுமானத்தில் இருக்கும் மற்றொரு அடிப்படையான சிக்கலை நான் ஒப்புக் கொள்ள வேண்டும். உங்கள் மண் வீட்டை யார் கட்டுவார்கள்?

உங்களுக்கு நேரமும் விருப்பமும் இருந்தால், அதை நீங்களே செய்யலாம்!

இல்லையென்றால், நீங்கள் பாரம்பரிய மண் தொழிலாளர்களை அணுக வேண்டும். ஊரகங்களிலும் புறநகரங்களிலும் இது ஒரு பெரிய பிரச்சனையாக இருக்காது. ஆனால் இது உண்மையில் நகர்ப்புறங்களில் மிகவும் சிக்கலாக இருக்கலாம். மேலும் புதுநகர் வளர்ச்சிக் குழுமப் (New Town Development Authority) பகுதிகளில், நீங்கள் மண் வீடுக் கட்ட அனுமதி பெறுவது கூட கடினமாக இருக்கும்.

நகர்ப்புறங்களில் பயன்படுத்த மண் இல்லை என்பதால், மண் வீடுகளை இங்கு கட்ட முடியாது என்று சொல்வதற்கென்றே ஒரு சில நபர்கள் இருப்பர். இத்தகைய நபர்களிடம் செங்கல், சிமிட்டி மற்றும் எஃகு போன்ற பொருட்களும் இங்கே இயற்கையாகக் கிடைப்பது இல்லை என்பதை நினைவூட்ட வேண்டும். இவற்றையெல்லாம் நீங்கள் எங்கிருந்தோ கொண்டு வர முடியும் என்றால், உங்களால் மண்ணையும் இங்கு கொண்டு வர முடியும்.

நாட்டின் பல்வேறு பகுதிகளில், இளம் விஞ்ஞானிகள் மற்றும் கட்டட பொறியாளர்கள் கொண்ட பல நிறுவனங்கள் உ ருவாகி வருகின்றன. இந்த திறமை வாய்ந்த இளைஞர்கள், இந்தியாவின் பல்வேறு கட்டடம் சார்ந்த பிரச்சனைகளுக்கு, பல்வேறு வகையான மாற்று தொழில்நுட்பங்களைக் கொண்டு தீர்வுக் காண முயற்சிக்கின்றனர்.

'HUDCO', புது தில்லியின் 'CAPART' மற்றும் இதன் ஆங்கிலப் புத்தகத்தின் வெளியீட்டாளரான 'COSTFORD', மேற்குறிப்பிட்ட புது நிறுவனங்களுடன் உங்களை இணைத்து, மண் கட்டுமானத்தைப் பற்றி ஆலோசனைப் பெற உதவுவார்கள்.

உங்கள் மண் வீட்டை யார் கட்டுவார்கள்?

மண்ணின் அற்புதமான ரசிக்கக்கூடிய விஷயங்களில் ஒன்று என்னவென்றால், இந்த உலகில் பல்வேறு மண் வகைகள் இருந்தாலும் ஒவ்வொன்றிற்கும் ஒரு தனித்துவம் உள்ளது. இவை அனைத்தும் இறைவனின் படைப்பாகும்; இயந்திரத்தால் உருவாக்கப்பட்டவை அல்ல. இதனால், ஒரு தரத்திலோ அல்லது ஒரு வகையிலோ இல்லாமல், உலகெங்கும் மண் பரந்து விரிந்து நமக்கு கிடைக்கிறது. ஒவ்வொரு வகையான மண்ணையும் பயன்படுத்தி, அதைப் பற்றி ஆரய்ந்து புரிந்துக் கொள்ள வேண்டும். எனவே, பொறியியலில் உள்ளவர்களுக்கு மண் என்பது ஒரு புரியாத புதிராக இருப்பதால், இதை ரசிப்பதற்கு பதிலாக வெறுக்கவே செய்கின்றனர். ஒவ்வொரு மனிதருக்கும் எப்படி ஒரு சிறப்பம்சம் இருக்குமோ, அதைப் போவே ஒவ்வொரு மண் வகைக்கும் அதன் சிறப்பம்சம் நிச்சயமாக இருக்கும்.

இதையெல்லாம் அறிந்தும் உங்கள் காதலரை நீங்கள் எவ்வாறு நேசிப்பீர்களோ, அதேப் போலவே நீங்கள் மண்ணையும் நேசிக்க வேண்டும்.

அரவிந் மனோகரன்

தமிழாக்கம்

கட்டடப் பொறியாளர். மரபுக் கட்டுமான ஆர்வலர் ஆன இவர், மரபுக் கட்டடங்களைப் பற்றிய கற்றலிலும் அதனை அனைவருக்கும் பகிரும் பணியிலும் தன்னை முழுமையாக ஈடுபடுத்திக் கொண்டு செயலாற்றி வருகிறார்.

பரத் ராஜு

தமிழாக்கம்

கட்டடப் பொறியாளர். கலைகளிலும், தொழிநுட்பங்களிலும் ஆர்வம் கொண்ட இவர், கண்ணில் தென்படுவதைக் கொண்டு தனது கைகளால் வியப்பூட்டும் பொருட்களைச் செய்பவர். மரபுக் கட்டுமானக் கலையில் அதிக ஆர்வம் கொண்டவர்.

அறிவுக்கரசி மணிவண்ணன்

தமிழாக்கம்

கட்டடக்கலைஞர். கவிதாயினி. துளிரும் மொழிபெயர்ப்பாளர். எழுத்தில் மாய வித்தைகளை அவ்வப்போது வெளிப்படுத்தும் வித்தைக்காரர். தனது எழுதுகோலில் இருந்து சொற்களை சரளமான வரிகளாய்க் கோர்க்கும் பல்திறன் வாய்ந்த எழுத்தாளர்.

ச. மணிவண்ணன்
மெய்ப்புப் பார்த்தல்

பொறியாளர் (பணி ஓய்வு), பெல் நிறுவனம், திருச்சி. தமிழ்ப் பற்றாளர். பேச்சாளர் மற்றும் எழுத்தாளர். நேர்மறை சிந்தனையாளர். அகவை அறுபதிலும் அயராது பயணிக்கும் இவர், தன் வசம் வரும் புதிய கருத்துகளையும், கொள்கைகளையும் ஆதரித்து வருபவர்.

சாருஹாசன்
புத்தக வடிவமைப்பு

கட்டடக்கலைஞர். மாவிலைக் குழுவின் விகடகவி. குழு உரையாடல்களை தன் நயத்தால் லேசாக்கும் வேடிக்கையான நபர். சாதாரண விஷயங்களை தன் வடிவமைப்பின் மூலம் அசாதாரணமாக்கும் திறன்மிகு வடிவமைப்பாளர்.

கௌஷிக் ஸ்ரீநிவாஸ்
அட்டை வடிவமைப்பு & ஒருங்கிணைப்பு

கட்டடக்கலைஞர். மாவிலையின் விதை. நையாண்டியிலும் நக்கலிலும் நாயகர். கண்ணைக் கவரும் வரைகலைகளை உருவாக்கும் ஒப்பற்ற வரைகலைஞர். மாவிலையின் உயிரோட்டத்திற்கு அயராது உழைப்பவர்.

ஆசிரியர் லாரி பேக்கர்

லாரி பேக்கர் எனும் லாரன்ஸ் வில்ஃப்ரட் பேக்கர் ஒரு கட்டடக்கலைஞர், வரிவடிவக் கலைஞர் மற்றும் மனிதநேயவாதி ஆவார். மகாத்மா காந்தியை சந்தித்த பிறகு, அவர் கொள்கைகளால் பெரிதும் ஈர்க்கப்பட்ட லாரி பேக்கர், இந்தியாவிலேயே நிரந்தரமாக வசித்து பணிபுரிய துவங்கினார். 1970-களில் இருந்து, வளங்குன்றா மற்றும் பயன்செலவுக் கட்டடங்களை லாரி பேக்கர் கேரளாவில் கட்டி வந்தார். கேரளாவின் மறைந்த முன்னாள் முதலமைச்சரான C. அச்சுதா மேனன், பொருளாதார நிபுணரான K.N. ராஜ் மற்றும் லாரி பேக்கர் ஆகிய மூவரும் இணைந்து COSTFORD (Centre of Science and Technology for Rural Development) எனும் அமைப்பினை 1985-ல் நிறுவினர். அனைவருக்கும் வீட்டு வசதி வேண்டும் என்ற தனது கருத்தைக் கொண்டு, எளிய வீடுகள் அமைப்பதைப் பற்றி பல நூல்களை படைத்தார் லாரி பேக்கர். 2007-ஆம் ஆண்டில் மறைந்த லாரி பேக்கர், இறுதிவரை ஒரு எளிமையான வாழ்க்கையையே வாழ்ந்து வந்தார். இந்நாள் வரை லாரி பேக்கர் விட்டுச் சென்ற மரபை, செயல்முறை வழியில் COSTFORD அமைப்பும், கல்வி வழியில் LBC அமைப்பும் (Laurie Baker Centre for Habitat Studies) தலைமுறை தலைமுறையாக நிலைநாட்டி வருகின்றனர்.